ബൈബിൾ ഗുണപാഠകഥകൾ

ബാലസാഹിത്യം

ബൈബിൾ ഗുണപാഠകഥകൾ

മാത്യൂസ് ആർപ്പൂക്കര

Little Green

little green
an imprint of green books private limited
gb building, civil lane road, ayyanthole,
thrissur- 680 003, kerala, ph: +91 487-2381066, 2381039
website: www.greenbooksindia.com
e-mail: info@greenbooksindia.com

malayalam
bible gunapaadakathakal
(children's stories)
by
mathews aarpookkara

first published april 2019

cover design : mansoor cheruppa
illustrations : fr. sunil jose

branches:
thrissur 0487-2422515
palakkad 0491-2546162
thiruvananthapuram 0471-2335301
calicut 0495 4854662
kannur 0497-2763038

isbn : 978-93-88830-02-7

LGPL/028/2019

ഈശോയുടെ അദ്ധ്യയനമാധ്യമങ്ങളിൽ
പ്രധാനപ്പെട്ട ഒന്നായിരുന്നു കഥപറച്ചിൽ.
ഈശോ പറഞ്ഞ ഉപമകളും കഥകളും കുറഞ്ഞത്
മുപ്പത്തിരണ്ടെണ്ണമെങ്കിലും പുതിയ നിയമത്തിൽ
കാണാനാവും. മതാദ്ധ്യാപകരും കുട്ടികളും
കഥകളിലൂടെ അദ്ധ്യയനം സാധ്യമാക്കണം.
പഴയ കഥകൾ വിരസമായി ആവർത്തിച്ചാൽ പോരാ.
മാറുന്ന ജീവിതസാഹചര്യങ്ങളിൽ പുതുക്കിപ്പറയണം
എന്ന് എന്റെ ഗുരുനാഥനും ചങ്ങനാശ്ശേരി അതിരൂപത
ആർച്ച് ബിഷപ്പുമായ ജോസഫ് പെരുന്തോട്ടം
സ്വകാര്യസംഭാഷണത്തിൽ ഉപദേശം നൽകിയത്
ഇവിടെ ഓർക്കുന്നു. വ്യത്യസ്തമായ ഇരുപത്തിനാല്
ബൈബിൾ ഗുണപാഠകഥകളാണിവിടെ
സമഞ്ജസമായി ആവിഷ്കരിച്ചിരിക്കുന്നത്.

കേന്ദ്ര സാഹിത്യ അക്കാദമി പുരസ്കാരം ലഭിച്ച
സംസ്കൃതപണ്ഡിതനായ എന്റെ കുഞ്ഞിച്ചായൻ
പ്രൊഫ. പി.സി. ദേവസ്യയ്ക്ക്
ഈ പുസ്തകം സമർപ്പിക്കുന്നു.

മാത്യൂസ് ആർപ്പൂക്കര

കഥകൾ

പറുദീസയിലെ പാമ്പ്

ആദവും ഹവ്വയും പറുദീസയിൽ സുഖമായി കഴിയുന്ന കാലം. അവർക്ക് പറുദീസയിൽ പരിപൂർണ സ്വാതന്ത്ര്യം അനുവദിച്ചിരുന്നെങ്കിലും ഒരു വിലക്കുണ്ടായിരുന്നു. പറുദീസയുടെ നടുവിൽ നിൽക്കുന്ന മരത്തിലെ പഴം പറിച്ചു തിന്നരുത്. ആ പഴം കാഴ്ചയ്ക്ക് അതിമനോഹരം തന്നെ! ഹവ്വയ്ക്കാകട്ടെ ആ പഴം കാണുമ്പോൾ ആശങ്ക ഏറുന്നുണ്ട്. അപ്പോഴാണ് പാമ്പിന്റെ വേഷം പൂണ്ട് പിശാച് കുതന്ത്രങ്ങൾ ഉണ്ടാക്കുന്നത്.

പറുദീസയിൽ കയറിക്കൂടാൻ പാമ്പ് ശ്രമിച്ചു. നടന്നില്ല. പറുദീസയിൽ ഒരുപാട് ജീവികളുണ്ടായിരുന്നു. മാനുകൾ ഉൾപ്പെടെയുള്ള മൃഗങ്ങൾ, പ്രാവുകളും പഞ്ചവർണ്ണക്കിളികളും ഉൾപ്പെടെ പക്ഷികളും ചിത്രശലഭങ്ങളും പൂമ്പാറ്റകളുമൊക്കെ.

എന്നാൽ പാമ്പ് പറുദീസയ്ക്കു വെളിയിലായിരുന്നു. എങ്ങനെ അതിനുള്ളിൽ കയറിക്കൂടുമെന്ന് പാമ്പ് തല പുകഞ്ഞ് ആലോചിച്ചു. അതുപോലെതന്നെ പിശാചിനും അതിനുള്ളിൽ പ്രവേശിക്കാനായില്ല. കാരണം ആദത്തിന്റെയും ഹവ്വയുടെയും കൂടെ ദൈവസ്നേഹമുണ്ടായിരുന്നു.

ദൈവസ്നേഹനിറവിൽ അവർ സന്തോഷത്തിലും സമാധാനത്തിലും സംതൃപ്തിയിലും ഏദൻതോട്ടത്തിൽ കഴിയുകയായിരുന്നു. അപ്പോഴല്ലേ ഹവ്വയ്ക്ക് ഒരാശങ്ക.

വിലക്കപ്പെട്ട കനി! അറിവിന്റെ വൃക്ഷത്തിലെ പഴം! അതു പറിച്ചു തിന്നരുതെന്നുള്ള ദൈവകല്പന. ആ കല്പനയെ ഹവ്വ സന്ദേഹിച്ചു. ഒരു പഴം തിന്നുനോക്കാൻ അവളാഗ്രഹിച്ചു. അതു കാഴ്ചയ്ക്ക് മനോഹരമായിരുന്നു. (ഉൽപ്പ 3,6)

ലോകത്തിൽ അസംഖ്യം ഭക്ഷ്യയോഗ്യമായ പഴങ്ങളുണ്ട്. മുന്തിരിയും ആപ്പിളും അത്തിയും ഈന്തപ്പഴവും മാതളപ്പഴവും ഒലിവുപഴവും ദൂതായ് പഴവുമൊക്കെ ഭക്ഷ്യയോഗ്യമായ പഴങ്ങളിൽപ്പെടുന്നു. ഭക്ഷ്യയോഗ്യമല്ലാത്തവ അതിൽ വലിയൊരു വിഭാഗമുണ്ട്. അതാരും ഭക്ഷിക്കില്ല. ഒതളങ്ങയും ചിലതരം കാട്ടുപഴങ്ങളുമൊക്കെ ആ വിഭാഗത്തിൽ ഉൾപ്പെടുന്നു.

ഏതായാലും ഹവ്വ പ്രലോഭനത്തിൽ ഇടറിവീഴുമെന്നായപ്പോൾ പിശാചിനു അവസരമായി. അവൻ സൂത്രത്തിൽ ഏദൻ തോട്ടത്തിൽ കടന്നുകൂടി.

അവളെ പ്രലോഭനത്തിൽ വീഴിക്കാൻ അവൻ പ്രച്ഛന്നവേഷമെടുത്തു. ഒരു വെടിക്കു രണ്ടു പക്ഷി. പിശാച് പാമ്പിന്റെ വേഷത്തിൽ അറിവിന്റെ മരത്തിലേക്ക് ഇഴഞ്ഞു. പിന്നെ മരക്കൊമ്പിൽ ചുറ്റിപ്പിണഞ്ഞു കിടന്നു. ഹവ്വയെ പ്രതീക്ഷിച്ച്. പാമ്പിന്റെ മോഹനവാക്കുകളിൽ അവൾ കുടുങ്ങി. അവൾ വിലക്കപ്പെട്ട കനി പറിച്ചു തിന്നു. ആദത്തിനെയും തീറ്റിച്ചു.

സ്വന്തം ഉദ്യമം വിജയിച്ചതിൽ പാമ്പ് നിഗളിച്ചു. ദൈവിക സ്നേഹത്തിൽ നിന്നകന്ന ആദവും ഹവ്വയും ശിക്ഷിക്കപ്പെട്ടു. അവർ പറുദീസയിൽ നിന്നും പുറത്താക്കപ്പെട്ടു. അപ്പോൾ പാമ്പിന്റെ നിഗളവും സന്തോഷവും പതിന്മടങ്ങ് വർദ്ധിച്ചു.

ആദവും ഹവ്വയും ഇലകൾ പറിച്ചു നഗ്നത മറച്ചു. ഭൂമിയിൽ നിത്യവൃത്തിക്കായി അലഞ്ഞുതിരിയാൻ തുടങ്ങി. പാമ്പിന്റെ നിഗളം പിന്നെയും പിന്നെയും വർദ്ധിച്ചു.

നോക്കണേ പിശാചിന്റെ കുതന്ത്രങ്ങൾ. ആരെയും എങ്ങനെയും വീഴിക്കാൻ...! തിന്മയിലേക്ക്!!!

■

സഹോദരനെവിടെ?

ആദാമിന്റെയും ഹവ്വായുടെയും മക്കളാണ് കായേനും ആബേലും. കായേൻ സമർത്ഥനായ കൃഷിക്കാരനും ആബേൽ നല്ലൊരു ആട്ടിടയനുമായിരുന്നു. തികച്ചും വ്യത്യസ്തമായ സ്വഭാവ മായിരുന്നു രണ്ടുപേരുടെയും. ആബേൽ നന്മ നിറഞ്ഞവനും തികഞ്ഞ ഈശ്വരവിശ്വാസിയും. കായേനാകട്ടെ, തിന്മയുടെ പ്രതി രൂപവും അഹന്ത പിടിച്ചവനും.

ബലിയർപ്പണമായിരുന്നു അവരുടെ വിശ്വാസജീവിതത്തിന്റെ കാതൽ. ആബേൽ ഏറ്റം നല്ല കൊഴുത്ത മുട്ടാടിൻകുട്ടിയെ ബലി യർപ്പിച്ചു. അവന് ആട്ടിൻപറ്റങ്ങൾ പെരുകയും ഐശ്വര്യസമൃദ്ധി ഉണ്ടാവുകയും ചെയ്തു.

കായേനാകട്ടെ സ്വാർത്ഥപരമായി ചിന്തിച്ചു. കേടു വന്നതും ഉപയോഗിക്കാൻ പറ്റാത്തതുമായ കൃഷി ഉല്പന്നങ്ങളാണ് ദൈവ ത്തിനു കാഴ്ചയർപ്പിച്ചത്.

ദൈവം ആബേലിന്റെ ബലിയിൽ സംപ്രീതനായി. എന്നാൽ കായേനിലും അവന്റെ കാഴ്ചബലികളിലും അവിടുന്നു സംപ്രീ തനായില്ല.

ഇതറിഞ്ഞ കായേനു സഹിക്കാനായില്ല. അസൂയയും കോപവും അവനെ അന്ധനാക്കി. അവന്റെയുള്ളിൽ ആബേലി നോട് പകവളർന്നു. അനിയനെ വകവരുത്താൻ അവൻ തർക്കം പാർത്തു.

ഒരു ദിവസം വയലിൽവച്ച് കായേൻ ആബേലിനോട് വഴ ക്കിട്ടു. അവിടെ മരച്ചോട്ടിൽ കരുതിവച്ചിരുന്ന മുട്ടാടിന്റെ എല്ലു

കൊണ്ട് അവൻ അനിയന്റെ തലയ്ക്കടിച്ചു. ഓർക്കാപ്പുറത്തുണ്ടായ അടിയേറ്റ് ആബേൽ നിലവിളിച്ചു:

"ചേട്ടാ എന്തായിത്...?"

കായേന് ഒരു തരി കാരുണ്യമില്ലായിരുന്നു. അവൻ നിഷ്കരുണം അനിയനെ അടിച്ചുകൊന്നു.

ആരോരുമറിയാത്ത സംഭവം! കായേൻ അതിവിദഗ്ദ്ധമായി അതിനെ അതിജീവിക്കാൻ നോക്കി. എല്ലാംകാണുന്ന ദൈവം കായേനെ പിടികൂടി.

"കായേൻ, നിന്റെ സഹോദരനെവിടെ...?"

"എനിക്കറിഞ്ഞുകൂടാ..." കായേൻ അരിശത്തോടെ തിരിച്ചു ചോദിച്ചു:

"എന്റെ സഹോദരന്റെ കാവൽക്കാരനാണോ ഞാൻ...?"

പറുദീസയിൽ പാപം ചെയ്ത ആദത്തിനു ഭയവും ലജ്ജയും ആയിരുന്നെങ്കിൽ മകനിവിടെ കുറ്റബോധത്തേക്കാൾ കോപവും ധിക്കാരവും തന്നെ.

"എന്തിനാണ് മകനേ, നീ ഈ ദുഷ്പ്രവൃത്തി ചെയ്തത്...?"

ദൈവം കായേനോട് പറഞ്ഞു: "സഹോദരനെ കൊന്നതിനു നീ ശിക്ഷിക്കപ്പെടണം. നിന്റെ നിലം നിനക്ക് വിളവു തരില്ല. നിനക്കൊരിടത്തും ഭവനവും നിലനിൽക്കില്ല..."

ദൈവത്തിന്റെ ശിക്ഷയത്രയും കേട്ടപ്പോൾ കായേൻ സ്തബ്ധനായി. നീണ്ട ശിക്ഷയുടെ കാഠിന്യത്തിൽനിന്നും ഇളവു ലഭിക്കാൻ വേണ്ടി പതംപറഞ്ഞു കെഞ്ചുന്ന കായേൻ...

ജീവൻ ദൈവത്തിന്റെ ദാനമാണ്. അതിൽ കൈവയ്ക്കാൻ ആർക്കും അവകാശമില്ല. ഓരോ പാപവും ഹൃദയത്തെ കഠിനതരമാക്കും.

പ്രവാചകന്റെ വിശ്വാസതീക്ഷ്ണത

ദാനിയേൽ പ്രവാചകനെപ്പറ്റി കേട്ടിട്ടില്ലേ? അദ്ദേഹം പേർഷ്യൻ സാമ്രാജ്യത്തിലെ ദാരിയൂസ് രാജാവിന്റെ ഭരണകാലത്തു ജീവിച്ചിരുന്ന ദീർഘദർശിയാണ്. ജ്ഞാനിയാണ്. പോരെങ്കിൽ അദ്ദേഹം രാജാവിന്റെ ഭരണസമിതിയിലെ അംഗം കൂടിയാണ് ആ യഹൂദൻ.

ദാരിയൂസ് രാജാവ് സ്വയം ദൈവമായി പ്രഖ്യാപിക്കുന്ന കല്പനയിട്ടു. പ്രജയാകെ രാജാവിനെ ആരാധിക്കണമത്രേ! വിഗ്രഹങ്ങളെ ആരാധിക്കുന്ന പേർഷ്യൻ ജനതയ്ക്ക് അതൊരു പ്രശ്നമായില്ല. എന്നാൽ ഏകസത്യദൈവവിശ്വാസിയായ ദാനിയേലിനു അതംഗീകരിക്കാനായില്ല. രാജാവിന്റെ കല്പനയെ അദ്ദേഹം എതിർത്തു സംസാരിച്ചു. അതോടെ ഭരണപ്രതിസന്ധി വരെയായി. അപ്പോഴാണ് നിഷ്ഠുരമായ ആ കല്പനയിറങ്ങിയത്.

"ദാനിയേലിനെ ഇന്ന് അന്തിക്കുമുമ്പേ സിംഹക്കുഴിയിൽ എറിയുക." ദാരിയൂസ് രാജാവിന്റെ കല്പന കേട്ട രാജസേവകന്മാർ ഞെട്ടി. ബാബിലോണിയയിൽ വാർത്ത അറിഞ്ഞവരൊക്കെ അമ്പരന്നു.

"ദാരിയൂസ് രാജാവിന്റെ കല്പന കല്ലിന്മേൽ ചിത്രമാണ്. മാറ്റമില്ല." ഒരാൾ പറഞ്ഞു.

"ദാനിയേൽ പ്രവാചകനെ സിംഹക്കൂട്ടിൽ എറിയുന്നത് എന്തിനെന്നു നിനക്കറിയാമോ?" ഒരുവൻ തിരക്കി.

"ഏക സത്യവിശ്വാസം ഏറ്റുപറഞ്ഞതിനാ വധശിക്ഷ!" മറ്റൊരാൾ വിശദീകരിച്ചു. "രാജാവിന്റെ വിഗ്രഹത്തെ തള്ളിപ്പറഞ്ഞതിന്... തിരുവായ്ക്ക് എതിർവായില്ല."

“ദിവസങ്ങളായി പട്ടിണിക്കിട്ട സിംഹങ്ങൾ ഗർജ്ജിക്കുന്ന കുഴിയിലേക്ക് പ്രവാചകനെ എറിഞ്ഞാൽ എല്ലുപോലും കാണില്ല! ഉറപ്പാ...”

ഇതിനിടയിൽ കല്പന യഥാസമയം നടപ്പാക്കാൻ ആരാച്ചാരന്മാരുടെ വേഷമിട്ട പടയാളികൾ ഒരുക്കം തുടങ്ങിക്കഴിഞ്ഞിരുന്നു. ആരാച്ചാരന്മാർക്ക് ഇതൊന്നും അത്ര പുതിയതല്ലല്ലോ. കൈവെട്ടുക, കാല് വെട്ടുക, കഴുത്തു വെട്ടുക, തീയിലിടുക, കാലും കൈയും കൂട്ടിക്കെട്ടി കുതിരയെ കെട്ടിവലിച്ചോടിപ്പിക്കുക, സിംഹക്കൂട്ടിലെറിയുക... അങ്ങനെ എന്തൊക്കെ ശിക്ഷാരീതികൾ! അതൊക്കെ രാജകല്പനയുടെ ചൂടിൽ നടത്തിയിരിക്കുന്നു.

കോഴിയെ പൊരിച്ചതു ഉദ്ദേശിച്ചതുപോലെയാകാതിരുന്നതിന് പാചകക്കാരനെ തീച്ചൂളയിലിട്ടു കൊല്ലാൻ കല്പിച്ച വെറും അന്തസ്സാരശൂന്യനായ രാജാവാണ് ദാരിയൂസ്...! കല്പനയനുസരിച്ച് കൃത്യസമയത്തു മണിമുഴങ്ങി. ദാനിയേലിനെ സിംഹക്കുഴിയിലേക്ക് എടുത്തെറിയാൻ പിന്നെ താമസമുണ്ടായില്ല. വിശന്നു വലഞ്ഞ സിംഹങ്ങൾ ആ മനുഷ്യനെ ഗർജ്ജനത്തോടെ എതിരേറ്റു. സിംഹങ്ങൾ ആർത്തിയോടെ പ്രവാചകനെ കടിച്ചു കീറുന്നതു കാണാനാവാതെ ആരാച്ചാരന്മാർ പിൻവാങ്ങി.

“നിന്റെ ദൈവം നിന്നെ രക്ഷിക്കുമോ പ്രവാചകാ... വെറുതെ രാജാവിന്റെ ദൈവം ആരായാലും ആരാധിച്ചാൽ പോരായിരുന്നോ...?”

സിംഹക്കുഴിയിൽ വീണ ദാനിയേൽ അവരുടെ ഭാഷണം കേൾക്കാതിരുന്നില്ല.

“കർത്താവിൽ ആശ്രയിക്കുന്നവൻ ഭാഗ്യവാൻ. വഴിതെറ്റി വ്യാജദേവന്മാരെ അനുഗമിക്കുന്ന അഹങ്കാരികളിലേക്ക് അവൻ തിരിയുന്നില്ല.” (സങ്കീ 40:4)

“ഭൂതവും വർത്തമാനവും ഭാവിയുമൊക്കെ കാണുന്ന ദിവ്യനേത്രങ്ങളുള്ള മഹാനല്ലേ...?” ആരാച്ചാരിൽ ഒരാൾ പരിഹാസധ്വനിയോടെ തുടർന്നു. “യുഗാന്ത്യംവരെയുള്ള കാര്യങ്ങൾ അവതരിപ്പിക്കാൻ കഴിവുള്ള ആളല്ലേ...? വലിയ പ്രവാചകനെന്നു

ഭാവിക്കുന്നയാളല്ലേ? ആ വലിയ പ്രവാചകനെ അദ്ദേഹത്തിന്റെ വലിയ ദൈവം രക്ഷിക്കട്ടെ!"

ആരാച്ചാരന്മാരുടെ ചിരി പടർന്നു.

"സുഹൃത്തേ... ഒന്നാലോചിച്ചാൽ ഈ വലിയ പ്രവാചകനെന്തിനാ ശിക്ഷിക്കപ്പെട്ടിരിക്കുന്നത്? വെറും ഒരു വിശ്വാസത്തിന്റെ പേരിൽ! ഓർക്കുന്തോറും ചിരി വരുന്നു." മറ്റേ ആരാച്ചാർ അടക്കിച്ചിരിച്ചുകൊണ്ട് തുടർന്നു: "മഹാരാജാവ് പറഞ്ഞ ദൈവത്തെയങ്ങ് സമ്മതിച്ചു കൊടുത്താൽ പോരേ? ഒരു കണക്കിനു വെറുമൊരു മണ്ടൻ."

"എടാ, ദീത്തുൽ ആ മനുഷ്യൻ ധീരന്മാരിൽ ധീരനായതുകൊണ്ടാ താൻ വിശ്വസിക്കുന്ന സത്യദൈവത്തിനുവേണ്ടി അതിക്രൂരമായി മരിക്കാൻ പോലും തയ്യാറായത്."

"മതനിന്ദയും മതപീഡനവും ഏറിവരുന്നു! സത്യവിശ്വാസം ക്രൂശിക്കപ്പെടുന്നു! ദീത്തുൽ നിനക്കറിയോ?" പ്രായം ചെന്ന ആരാച്ചാർ പറഞ്ഞു. "നെബുക്കദ്നേസർ മഹാരാജാവിന്റെ കാലത്തു സ്വർണ്ണവിഗ്രഹത്തെ ആരാധിക്കാൻ വിസമ്മതിച്ചതിന്റെ പേരിൽ ഈ ദാനിയേലിനെ തീച്ചൂളയിൽ എറിഞ്ഞതാണ്."

"അദ്ദേഹം ശരിക്കും നല്ലൊരു പ്രവാചകൻ തന്നെയാ. അന്നു തീനാളങ്ങൾ അദ്ദേഹത്തിന്റെ വസ്ത്രത്തെപ്പോലും സ്പർശിച്ചില്ല. ഇത്തവണ എന്താകുമോ ആവോ? എത്ര ദിവസം പട്ടിണിക്കിട്ട സിംഹങ്ങളാണ്. ദാനിയേലിനെ വെച്ചേക്കുമോ? കണ്ടറിയണം... ഇതിനോടകം എല്ലാം തീർന്നു കാണും." ദീത്തുൽ ഉറപ്പിച്ചു പറഞ്ഞു.

മതമർദ്ദനത്തിനു വിധേയരായവർക്ക് ആശ്വാസവും ആവേശവും പകർന്നൊരു മഹാജീവിതം! ഏതു വിപത്തിലും കൈവിടാതെ ദൈവത്തിന്റെ അധീശത്വത്തിൽ പ്രത്യാശവെച്ച് പീഡനങ്ങളെ അഭിമുഖീകരിക്കാനുള്ള പ്രചോദനമാണ് ആ മഹാജീവിതം!

"ദാനിയേലിന്റെ ശബ്ദം കേൾക്കാനില്ലല്ലോ!" പ്രായം ചെന്ന ആരാച്ചാർ അയിത്താർ ആശങ്കയോടെ പറഞ്ഞു.

''എല്ലും മുടിയും മാത്രം ശേഷിച്ചാൽ പിന്നെ എവിടെയാ ശബ്ദം?'' ദീത്തുൽ വായ് പൊത്തിപ്പിടിച്ചു ചിരിച്ചു.

സിംഹങ്ങൾ ആർത്തിയോടെ കടിച്ചുകീറി തിന്ന ദാനിയേലിന്റെ എല്ലുകൾ പെറുക്കാൻ നിയോഗിക്കപ്പെട്ടവനും ആരാച്ചാരന്മാരും സിംഹക്കുഴിയുടെ ഓരത്തേക്കു ചെന്നു.

അവിടെ കണ്ട കാഴ്ച അദ്ഭുതാവഹമായിരുന്നു! ദാനിയേലിനെ സിംഹങ്ങൾ തൊട്ടിട്ടില്ല. സിംഹങ്ങൾ പ്രവാചകന്റെ ചുറ്റും ക്ഷമയോടെ അടങ്ങി ഒതുങ്ങിയിരിക്കുന്നു! നാക്കു നീട്ടിയണച്ചുകൊണ്ട് സിംഹക്കുട്ടിയുടെ നടുവിൽ നിരുപായം ദാനിയേൽ പ്രവാചകൻ! ലോകത്തിന്റെ ഏക സത്യദൈവത്തെ സർവ്വാത്മനാ ധ്യാനിച്ചുകൊണ്ട് ആത്മീയതയുടെ ഉത്തുംഗത്തിൽ ധ്യാനനിരതനായി!

വിവരമറിഞ്ഞ ദാരിയൂസ് രാജാവ് ദാനിയേൽ പ്രവാചകനെ നേരിട്ട് കാണാനെത്തി. ആ അദ്ഭുതക്കാഴ്ച നേരിട്ട് കണ്ട് ബോദ്ധ്യപ്പെടാൻ. ദാരിയൂസ് തന്റെ ഭോഷത്തം മനസ്സിലാക്കി പടവുകളിറങ്ങി വന്നു. താൻ സ്വയം ഇളിഭ്യനാകുമ്പോലെ തോന്നി. അദ്ദേഹം അദ്ഭുതപരതന്ത്രനായി മാറി. ദാനിയേലിന്റെ സത്യദൈവത്തെ അറിയാനും വിശ്വസിക്കാനുമുള്ളൊരു മനസ്സ് അവിടെ രൂപപ്പെടുകയായിരുന്നു.

ആ ഏക സത്യദൈവത്തെ ആവോളം അറിയാൻ, അംഗീകരിക്കാൻ, ആരാധിക്കാൻ, ആഘോഷിക്കാൻ! സിംഹക്കുഴിയിൽ നിന്നും കയറിയ ദാനിയേൽ പ്രവാചകനെ ആലിംഗനം ചെയ്തു ദാരിയൂസ് രാജാവ് സ്വീകരിച്ചു.

ഏകസത്യദൈവവിശ്വാസത്തിന് അടിവരയിടുന്ന സാരോപദേശമാണീ കഥ ചൂണ്ടിക്കാട്ടുന്നത്.

■

സ്വർഗ്ഗത്തിലേക്കുള്ള ഗോവണി

"പരിശുദ്ധ അമ്മേ...! കനിവോടെ കാക്കണേ...! ഞങ്ങടെ കുടുംബത്തെ കാക്കണേ...!"

ശോശന്നച്ചേടത്തി പ്രാർത്ഥിച്ചു.

"അമ്മേ...! നേർവഴി കാട്ടണേ...! സ്വർഗ്ഗത്തിന്റെ കവാടമേ...! കരുണക്കടലേ...! നേർവഴി കാട്ടണേ...!"

അവർ ഉള്ളുരുകി പ്രാർത്ഥിച്ചു.

"പേരക്കുട്ടിയെ കാക്കണേ...! ജോമോനു ഒരാപത്തും വരുത്തല്ലേ...? ചീത്ത കൂട്ടുകെട്ടിൽ നിന്നും അവനെ രക്ഷിക്കണേ...! സ്വർഗ്ഗീയനാഥനിൽ നിന്നും അനുഗ്രഹമാരി വർഷിക്കേണമേ അമ്മേ...!"

ശോശന്നച്ചേടത്തിയുടെ കണ്ണുകളിൽ കണ്ണുനീർ ഉരുണ്ടു കൂടി. വിരലുകളിൽ തൂങ്ങുന്ന ജപമാലമണികൾ യാന്ത്രികമായി ചലിച്ചു.

ഫൊറോനാപ്പള്ളിയിലെ രണ്ടാമത്തെ കുർബ്ബാനയും ഒപ്പീസുമൊക്കെ കഴിഞ്ഞിരുന്നു. ആളുകൾ പിരിഞ്ഞുപോയിരിക്കുന്നു. എന്നിട്ടും ചേടത്തി വീട്ടിലേക്കു മടങ്ങിയില്ല. മോണ്ടലത്തിൽ മുട്ടുകുത്തി പ്രാർത്ഥിച്ചു. ഒരു ജപമാല കൂടി ചൊല്ലിയിട്ട്... എൺപതിലും സഹനത്തിന്റെ, ചൈതന്യത്തിന്റെ അസമാനത...!

ജോമോൻ വീട്ടിൽ വന്നിട്ട് ദിവസങ്ങളായി... രഞ്ജിത് അവന്റെ ക്ലോസ് ഫ്രണ്ടല്ലേ...? കഴിഞ്ഞ ദിവസം അവനെ പൊലീസ് പിടിച്ചു കൊണ്ടുപോയി. കഞ്ചാവ് മാഫിയയുമായി ബന്ധപ്പെട്ടാണത്രേ...! "എന്നാലും രഞ്ജിതേ, മോനേ നീ ഇത്തരക്കാരനായിരുന്നോ...?

ഒരു ഹെഡ്മാസ്റ്ററുടെ മകൻ ഇമ്മാതിരി അധഃപതിക്കയോ...?” ശോശന്നച്ചേടത്തിയുടെ മനസ്സിൽ ചോദ്യചിഹ്നം!

ഒരേയൊരു പേരക്കുട്ടി! അവനും ഇമ്മാതിരിയെങ്ങാനും...? ചേടത്തി ഭയന്നു. ജോമോനെ കണ്ടിട്ട് ദിവസങ്ങളായി. അവനെ വിടെയാണ്. എവിടെ പോയതാണ്?

ആരുണ്ടു ശ്രദ്ധിക്കാൻ... ആരുണ്ട് പറഞ്ഞു തരാൻ... ആന്റോയ്ക്കും ആലീസിനും ഒന്നിനും നേരമില്ല. ബിസിനസ്! ബിസിനസ്...! പണം! പണം...! പണമാണെല്ലാം. മറ്റൊന്നിലും താത്പര്യമില്ല...!

ആത്മീയകാര്യങ്ങളിലെ അടിയൊഴുക്കുകൾ അവർ അറിയു ന്നില്ല.

“എല്ലാം കാണുന്ന അമ്മേ...! എല്ലാം കാക്കുന്ന അമ്മേ...! ഞങ്ങൾക്കുവേണ്ടി അപേക്ഷിക്കേണമേ...! അമ്മേ നിത്യസഹായ മാതാവേ...!”

ചേടത്തിയുടെ മനസ്സിൽ അസ്വസ്ഥതകൾ നിറഞ്ഞു. ആഫ്രി ക്കൻ ഒച്ചുകളെപ്പോലെ. അടുത്ത നിമിഷം, പലവിചാരങ്ങൾ ക്കിടയിൽ നിന്നും വിമുക്തയാവാൻ അവർ ആഗ്രഹിച്ചു. പ്രാർത്ഥനയ്ക്കിടയിൽ പല വിചാരം പാടില്ല.

ഇടവകപ്പള്ളിയിൽ ധ്യാനം കൂടിയപ്പോൾ കേട്ട ധന്യമായ ചില അറിവുകൾ ഓർമ്മയിലേക്കൊഴുകി.

പരിശുദ്ധ കന്യാമറിയം സ്വർഗ്ഗത്തിന്റെയും സൈന്യാധിപ, സർവ്വലോകത്തിന്റേയും രാജ്ഞി...! ലോകതിന്മകളെ അകറ്റാൻ പ്രാപ്തമായ ആയുധം വഹിച്ച സൈന്യാധിപ...!

ആ ആയുധം വാളല്ല, ഡാഗറോ എ.കെ. ഫോർട്ടിസെവനോ പോലെ മറ്റൊന്നുമല്ല. ഐഹികമായ ആയുധമല്ലെന്നു സാരം. മറിച്ച് നമ്മുടെ എല്ലാ കൈവശമുള്ള അതേ ആയുധം...!

ജപമാല!

ജപമാലയിലൂടെ നമുക്ക് എല്ലാ തിന്മകളെയും അകറ്റാം. അനു ഗ്രഹങ്ങൾ സ്വായത്തമാക്കാം.

കുർബ്ബാന കഴിഞ്ഞാൽ ജപമാലയ്ക്കാണ് ഏറ്റവും വലിയ ശക്തിവിശേഷം! ഏതു സമയത്തും അർപ്പിക്കാൻ പറ്റുന്നതാണ്

കൊന്ത. മറിയത്തിന്റെ മക്കൾക്ക് സ്വർഗപ്രവേശത്തിനു ലഭിച്ച മാർഗമാണ് കൊന്ത.

ജപമാലയിലെ ഓരോ രഹസ്യവും ഈശോയുടെ ജീവിത രഹസ്യങ്ങളാണ്. രക്ഷാകര സംഭവത്തിലെ നിർണായകബിന്ദു ക്കളാണ്, സുപ്രധാന നാഴികക്കല്ലുകളാണ്. ഈശോയുടെ ജന നവും പരസ്യജീവിതവും മരണവും ഉത്ഥാനവുമൊക്കെ ആഘോഷിക്കപ്പെടുകയാണ്, പ്രഘോഷിക്കപ്പെടുകയാണ്.

ജപമാല ചൊല്ലുന്നവൻ ഈ സ്വർഗ്ഗീയ രഹസ്യങ്ങൾ ഏറ്റു പറയുകയാണ്. പാപമോചനത്തിനും അനുഗ്രഹങ്ങൾക്കുമായി ഹൃദയം തുറന്നു യാചിക്കുകയാണ്. ഇതിനുപരി. അമ്മയുടെ സാന്നിദ്ധ്യം കൂടിയാവുമ്പോൾ പൂർണ്ണത ലഭിക്കുന്നു. അവിടെ യാണ് സ്വർഗ്ഗം തുറക്കപ്പെടുക! അനുഗ്രഹമാരി വർഷിക്ക പ്പെടുക!

“ദൈവമാതാവ് സ്വർഗ്ഗത്തിലേക്കുള്ള ഗോവണിയാണ്. ഈ ഗോവണി വഴി ദൈവം ഭൂമിയിലേക്കും ഇറങ്ങി വരുന്നതു മനു ഷ്യൻ കൊന്ത ചൊല്ലുമ്പോഴാണ്...”

വിശുദ്ധ അംബ്രോസിന്റെ വാക്കുകൾ സ്മരണീയം.

ഇതേ ധന്യആശയങ്ങൾ ചേടത്തിയുടെ ഓർമ്മകളുടെ വിഹാ യസ്സിലൂടെ വെൺമേഘത്തുണ്ടുകൾ പോലെ ഒഴുകി.

ഫൊറോനപ്പള്ളി പരിസരത്തെവിടെയോ നിന്നു ബൈക്കിന്റെ ശബ്ദം പിന്നെ കാറിന്റെ ശബ്ദം.

ചേടത്തി കൊന്തയുടെ ലുത്തിനിയ ചൊല്ലി തീരുകയായി രുന്നു. നിറമിഴികളോടെ. അപ്പോഴും അപേക്ഷ പേരക്കുട്ടിക്കു വേണ്ടി തന്നെ.

“അമ്മേ...! ജോമോനെ കാക്കണേ...! ചീത്ത കൂട്ടുകെട്ടിൽ നിന്നും... ചീത്ത വഴികളിൽനിന്നും... മോനേ...”

“വല്യമ്മച്ചീ...!”

പെട്ടെന്ന് പിറകിൽ നിന്നും വിളി വീണു. ശോശന്നച്ചേടത്തി മുഖം തിരിച്ചു.

ജോമോൻ...!

മോണ്ടലത്തിന്റെ ആനവാതിൽക്കൽ ജോമോൻ! പ്രസന്ന വദനനായി.

അവൻ മുന്നോട്ടു വന്നു വല്യമ്മച്ചിയെ കൈക്കു പിടിച്ചെഴുന്നേല്പിച്ചു.

"മോനെ നീ എവിടാരുന്നു...?"

വല്യമ്മച്ചിയുടെ ഗദ്ഗദസ്വരം.

"വല്യമ്മച്ചി, ഞാനും ഫ്രണ്ട്സും കൂടി വേളാങ്കണ്ണിക്കു പോയതാ... മമ്മി പറഞ്ഞില്ലേ...?"

"സാരമില്ല. വല്യമ്മച്ചി വിഷമിക്കണ്ടാ... മമ്മി മറന്നുപോയതാവും..."

അപ്പോഴും ചേടത്തിക്കു മൗനം.

പേരക്കുട്ടിയുടെ കൈക്കു പിടിച്ച് പാർക്കിംഗ് ഏരിയായിൽ കിടക്കുന്ന ഓൾട്ടോ കാറിനടുത്തേക്കു സാവകാശം നടക്കുമ്പോൾ വല്യമ്മച്ചിയുടെ പരുഷമായ ചോദ്യമുയർന്നു.

"നിന്റെ കൂട്ടുകാരൻ രഞ്ജിതിനെ പൊലീസ് പിടിച്ചുകൊണ്ടുപോയി അല്ലേ...? കഞ്ചാവ് കേസിൽ...?"

അതുകേട്ട് ജോമോൻ ഒന്നമ്പരന്നു. എന്നിട്ട് അറിയിച്ചു.

"വല്യമ്മച്ചി അതെന്റെ ഫ്രണ്ട് രഞ്ജിത്തല്ല. ഇന്നലെ പത്രത്തിൽ കണ്ടതല്ലേ...? അത് തൃപ്പൂണിത്തുറയിലുള്ളൊരു രഞ്ജിതാ... എന്റെ കൂട്ടുകാരനല്ല... പാവം വല്യമ്മച്ചി...!"

അവൻ വല്യമ്മച്ചിയുടെ വലംകൈത്തലം പിടിച്ചു മുത്തമിട്ടു.

"ഞാനെന്തൊക്കെ ചിന്തിച്ചുകൂട്ടി. എന്തുമാത്രം വിഷമിച്ചു." ശോശന്നച്ചേടത്തി പുരാതനമായ പള്ളിയിലേക്കു ഒരുനിമിഷം നോക്കിക്കൊണ്ട് ഉരുവിട്ടു.

"വല്യമ്മച്ചിക്കിപ്പോൾ സമാധാനമായി..."

■

അബ്രാഹത്തിന്റെ ബലി

"നീ സ്നേഹിക്കുന്ന ഏകമകൻ ഇസഹാക്കിനെയും കൂട്ടിക്കൊണ്ട് മോറിയാ ദേശത്തേക്കു പോവുക. അവിടെ മലമുകളിൽ നീ അവനെ എനിക്ക് ഒരു ദഹനബലിയായി അർപ്പിക്കണം.."

സർവേശ്വരന്റെ അരുളപ്പാട് അതായിരുന്നു. അതനുസരിച്ച് ഇസഹാക്കിനെയും കൂട്ടി അബ്രാഹം, മോറിയാ ദേശത്തെത്തി. ദൂരെ ഉയർന്നുനിൽക്കുന്ന മോറിയാ മലയുടെ നെറുകയിലാണ് മകനെ ബലികഴിക്കേണ്ടത്.

"നിങ്ങൾ ഇവിടെ നിൽക്കുക. ഞാനും മകനും അവിടെപ്പോയി ആരാധന നടത്തി തിരിച്ചുവരാം..."

താഴ്‌വരയിൽവച്ച് അബ്രാഹം തന്നെ അനുഗമിച്ച വേലക്കാരോടു പറഞ്ഞു.

അദ്ദേഹം ബലിക്കുള്ള വിറകെടുത്ത് ഇസഹാക്കിന്റെ ചുമലിൽ വെച്ചു. കത്തിയും തീയും അദ്ദേഹം തന്നെയെടുത്തു.

"അച്ഛാ..." മകൻ വിളിച്ചു.

"എന്താ മോനേ...?" അബ്രഹാം മുഖം തിരിച്ചു.

"തീയും വിറകുമുണ്ടല്ലോ... എന്നാൽ ദഹനബലിക്കുള്ള കുഞ്ഞാടെവിടെ...?" ഇസഹാക് ചോദിച്ചു.

മകന്റെ ചോദ്യം കേട്ട് അബ്രാഹത്തിന്റെ ഇടനെഞ്ച് തകർന്നു:

"മോനേ, ബലിക്കുള്ള കുഞ്ഞാടിനെ ദൈവംതന്നെ തരും..."

അച്ഛനും മകനും മലമുകളിലെത്തി. അവിടെ ബലിപീഠത്തിനു മുന്നിൽവച്ച് അച്ഛൻ തന്നെ കയർകൊണ്ട് ബന്ധിക്കുന്നതു കണ്ട്

ഇസഹാക് ആശങ്കാകുലനായി. എങ്കിലും അവൻ ഒന്നും ചോദിച്ചില്ല.

അച്ഛനെ ബഹുമാന പുരസരം അനുസരിക്കുന്ന മകൻ! ദൈവകല്പന അലംഘനീയമാണെന്ന് വിശ്വസിക്കുന്ന അച്ഛൻ...!

ബന്ധിക്കപ്പെട്ട മകനെ അബ്രാഹം വിറകിനു മീതെ കിടത്തി. തുടർന്ന് ബലികഴിക്കാനുള്ള കത്തി കൈയിലെടുത്തു.

ഒരു നിമിഷം...! അദ്ദേഹം ചങ്കുതകർന്ന് മകനുവേണ്ടി പ്രാർത്ഥിച്ചു. ദൈവത്തെ വിളിച്ചു. കത്തി ഉയർത്തുമ്പോഴും ആ അധരങ്ങളിൽ ജപമന്ത്രങ്ങളായിരുന്നു.

പെട്ടെന്ന് ഒരു ദൈവദൂതൻ പ്രത്യക്ഷപ്പെട്ട് അബ്രാഹത്തെ തടഞ്ഞു:

"അബ്രാഹം...!" മോറിയാ മലയിൽ മുഴങ്ങിയ വിളി.

"കുട്ടിയെ ഒന്നും ചെയ്യരുത്... നീ ദൈവത്തെ ഭയപ്പെടുന്നുവെന്ന് എനിക്കിപ്പോൾ ഉറപ്പായി. കാരണം നിന്റെ ഏകമകനെ എനിക്കു തരാൻ നീ മടികാണിച്ചില്ല..."

ഒരു ദിവാസ്വപ്നം പോലെ എല്ലാം സംഭവിച്ചു.

അബ്രാഹം തല പൊക്കി നോക്കിയപ്പോൾ ഒന്നും കണ്ടില്ല. മാലാഖ അപ്രത്യക്ഷമായിരുന്നു. ദൈവത്തിന്റെ ശബ്ദവും നിലച്ചിരുന്നു.

അദ്ദേഹത്തിന്റെ കൈയിൽനിന്ന് തിളങ്ങുന്ന കത്തി താഴെ വീണു കിലുങ്ങി. അപ്പോഴാണ് ഇസഹാക്കിന് കാര്യങ്ങൾ ഏറെക്കുറെ മനസ്സിലായത്.

അതേസമയം മറ്റൊരു കാഴ്ച...!

മുൾച്ചെടിക്കുള്ളിൽ കൊമ്പുടക്കി കിടക്കുന്ന ഒരു മുട്ടാട്...! അച്ഛൻ മകനുവേണ്ടി അതിനെ ദഹനബലിയർപ്പിച്ചു.

ദൈവത്തോടുള്ള വിശ്വസ്തതയ്ക്കും സ്നേഹത്തിനും മകുടോദാഹരണമാണ് ഈ ബൈബിൾ കഥ.

■

അസ്മായേലും ഇസഹാക്കും

"**ഹാ**ഗാർ നീ എത്ര സുന്ദരിയാണ്...! ഒരുപക്ഷേ എന്നേക്കാൾ സുന്ദരി..."

കൂടാരത്തിലെ ജോലികളിൽ വ്യാപൃതയായിരുന്ന ഹാഗാറിനെ നോക്കി സാറ മനസ്സിൽ പറഞ്ഞു.

ഈജിപ്തിലെ പ്രവാസകാലത്ത് അബ്രാഹം വിലയ്ക്കു വാങ്ങിയ പെൺകൊടി...! ഇന്നിപ്പോൾ എല്ലാ ജോലികളും അവൾ നോക്കിക്കണ്ടു ചെയ്തുകൊള്ളും.

അബ്രാഹവും സാറയും വിവാഹിതരായിട്ട് ഏറെ കൊല്ലങ്ങളായെങ്കിലും അവർക്കൊരു കുഞ്ഞിക്കാൽ കാണാൻ ഭാഗ്യമുണ്ടായില്ല.

കുറെനാളായി മനസ്സിലിട്ടുകൊണ്ടു നടന്ന ആഗ്രഹം രാത്രി സാറ ഭർത്താവിനെ അറിയിച്ചു.

"അങ്ങ് ഹാഗാറിനെ ഭാര്യയായി സ്വീകരിക്കുക... നമുക്കൊരു കുട്ടി വേണ്ടേ...? കാര്യസ്ഥൻ ഏപ്പിയാസർ അനന്തരാവകാശിയാകുന്നത് ഒഴിവാക്കണ്ടേ...?"

വന്ധ്യയാകുന്ന ഭാര്യയ്ക്കുവേണ്ടി ദാസിയെ ഭർത്താവ് സ്വീകരിക്കുന്ന പതിവ് അക്കാലത്തുണ്ടായിരുന്നു.

ഒടുവിൽ അതനുസരിക്കാൻ അബ്രാഹം നിർബന്ധിതനായി. തന്റെ ഇഷ്ടദാസിയായ ഹാഗാറിനെ അബ്രാഹത്തിനു ഭാര്യയായി സാറതന്നെ നൽകി.

അബ്രാഹം ഹാഗാറിനെ പ്രാപിച്ചു. ഗർഭിണിയായതോടെ ഹാഗാറിൽ ചില സ്വഭാവമാറ്റങ്ങൾ വന്നു. യജമാനത്തിയെ അവൾ നിന്ദയോടെ വീക്ഷിച്ചു. സാറയാകട്ടെ വിട്ടുകൊടുത്തില്ല. ഒടുവിൽ ഹാഗാറിന് ആ വീട്ടിൽനിന്ന് ഒളിച്ചോടേണ്ടിവന്നു. പക്ഷേ കർത്താവിന്റെ ദൂതൻ വഴിമധ്യേ അവളെ തടഞ്ഞു.

"ഹാഗാർ നീ യജമാനത്തിയുടെ അടുത്തേക്ക് തിരിച്ചു പോവുക. സാറയുടെ ദാസിയായി അവൾക്ക് വിധേയപ്പെട്ട് ജീവിക്കുക. നീ ഒരു ആൺകുട്ടിയെ പ്രസവിക്കും. അവന് ഇസ്മായേൽ എന്ന് പേരിടണം..."

ദൈവദൂതൻ പറഞ്ഞതുകേട്ട് അനുസരണയുള്ളവളായി അവൾ തിരിച്ചുപോയി. ഹാഗാർ പ്രസവിച്ച മകന് ഇസ്മായേൽ എന്നു പേരിട്ടു. 'ദൈവം കേട്ടു' എന്നാണ് ആ പേരിന്റെ അർത്ഥം.

വയസ്സുകാലത്താണെങ്കിലും സാറായെയും ദൈവം അനുഗ്രഹിച്ചു. അവൾ ഗർഭം ധരിച്ച് ഒരു പുത്രനെ പ്രസവിച്ചു. 'ദൈവം സന്തോഷത്തോടെ ഇരിക്കുന്നു' എന്നർത്ഥമുള്ള 'ഇസഹാക്' എന്നു വിളിച്ചു അവനെ.

ഇസഹാക് വളർന്നുവന്നപ്പോൾ ഇനി ഹാഗാറിനെയും ഇസ്മായേലിനെയും അവിടെ തുടർന്നു താമസിക്കാന അനുവദിക്കുന്നത് അത്ര നന്നല്ലെന്ന് സാറായ്ക്കു തോന്നി. അവൾ ഭർത്താവിനോട് വിവരം പറഞ്ഞു. അവരെ ഉപേക്ഷിക്കുന്നതിൽ അബ്രഹാമിന് വലിയ വിഷമമുണ്ടായിരുന്നു.

"അബ്രാഹം, നീ സാറാ പറയുമ്പോലെ ചെയ്യുക."

ദൈവം സ്വപ്നത്തിൽ അരുളിച്ചെയ്തു.

പിറ്റേന്ന് അതിരാവിലെ ഹാഗാറിനെയും ഇസ്മായേലിനെയും അബ്രാഹം പറഞ്ഞയച്ചു.

ഹാഗാർ കുഞ്ഞിനെയുംകൊണ്ട് ബർശേബ മരുപ്രദേശത്ത് അലഞ്ഞുനടന്നു. ദാഹജലം പോലുമില്ലാതെ തന്റെ ഓമനമകൻ പിടഞ്ഞു മരിക്കുന്ന അവസ്ഥയിലെത്തിയപ്പോൾ ഹാഗാർ നെഞ്ചു പൊട്ടിക്കരഞ്ഞു.

ആ കരച്ചിൽ കേട്ട് പ്രത്യക്ഷപ്പെട്ട ദൈവദൂതൻ അവളെ ആശ്വസിപ്പിച്ചു:

"ഹാഗാർ, നീ ഭയപ്പെടേണ്ടതില്ല... ദൈവം നിന്റെ ബാലനെ വലിയൊരു ജനതയുടെ പിതാവാക്കിത്തീർക്കും...!"

പാറാൻ മരുഭൂമിയിൽ വീടൊരുക്കി അമ്മയും മകനും താമസമാക്കി. അവിടെവച്ച് ഇസ്മായേൽ അസ്ത്രവിദ്യ അഭ്യസിച്ചു. അവൻ വില്ലാളിവീരനായി വളർന്നു.

ഹാഗാർ എന്ന അമ്മ തന്റെ മകന്റെ വളർച്ച കണ്ട് അഭിമാനിച്ചു.

■

ഉപ്പുതൂണായിപ്പോയ ഭാര്യ

പഴയനിയമത്തിലെ ലോത്തിന്റെ ഭാര്യയുടെ കഥ കേൾക്കൂ. സ്വയം അഹമ്മതി കാട്ടി ദുരന്തം പേറിയ സ്ത്രീ ആണ് ലോത്തിന്റെ ഭാര്യ. പഴയ നിയമത്തിൽ ഉപ്പുതൂൺ എന്നു കേട്ടാൽ ആർക്കും ഓർമ്മ വരുന്നത് അവളെയാണ്. പക്ഷേ അവളുടെ പേരുപോലും പഴയ നിയമപുസ്തകത്തിൽ കാണുന്നില്ല.

അബ്രാഹത്തിന്റെ സഹോദരൻ ഹാരാന്റെ പുത്രനാണ് ലോത്ത്. ഭൂമി പങ്കുവച്ചപ്പോൾ ലോത്തിനു ഫലഭൂയിഷ്ഠമായ ജോർദ്ദാൻ സമതലം കിട്ടി. അബ്രാഹത്തിനു ഹെബ്രോണും.

സോദോമിനടുത്താണു ലോത്ത് താമസിച്ചിരുന്നത്. സോദോം ഗോമോറ നഗരങ്ങൾ പാപപങ്കിലമായി. അവിടുത്തെ ജനങ്ങൾ സുഖഭോഗങ്ങൾക്കുവേണ്ടി എന്തു ക്രൂരതയും ചെയ്യാൻ മടിച്ചില്ല. അവർ ദൈവത്തെ മറന്നു. ദൈവത്തിനെതിരെ ശബ്ദിച്ചു.

സോദോം ഗോമോറനഗരങ്ങൾ നശിപ്പിക്കപ്പെട്ടു. അഗ്നിയും ഗന്ധകവും ആകാശത്തു നിന്നിറങ്ങി വന്നു ആളിപ്പടരുന്നതിനു മുമ്പേ ദൈവദൂതന്മാർ ലോത്തിനു മുമ്പിൽ പ്രത്യക്ഷപ്പെട്ടു.

“ഞങ്ങൾ ഈ നഗരം നശിപ്പിക്കാൻ പോകുന്നു. നിന്റെ സഹോദരങ്ങളോ ബന്ധുക്കളോ ആരെങ്കിലുമുണ്ടെങ്കിൽ അവരേയുംകൂട്ടി രക്ഷപ്പെട്ടുകൊള്ളുക.” ദൈവദൂതന്മാർ ലോത്തിനോടു പറഞ്ഞു. എന്നാൽ ലോത്തിന്റെ നിലവിളി ആരും കേട്ടില്ല. എല്ലാവരും അയാളെ ശകാരിച്ചു. അധിക്ഷേപിച്ചു.

ലോത്തും ഭാര്യയും രണ്ടു പെൺമക്കളും രക്ഷപ്പെടാൻ ആലോചിച്ചു നിന്നപ്പോൾ ദൂതന്മാർ അവരെ കൈക്കുപിടിച്ച്

നഗരാതിർത്തിക്കു പുറത്തുകൊണ്ടാക്കി. "ജീവൻ വേണമെങ്കിൽ ഓടിപ്പോകുക. പിന്തിരിഞ്ഞു നോക്കരുത്."

ലോത്തിന്റെ മനസ്സിന്റെ നൈർമ്മല്യം ഭാര്യയ്ക്കോ പെൺമക്കൾക്കോ ഉണ്ടായിരുന്നില്ല. അവരുടെ മനസ്സും സുഖഭോഗങ്ങളിൽ കുടുങ്ങിയിട്ടുണ്ടായിരുന്നു. മക്കൾക്കു നല്ലതു പറഞ്ഞുകൊടുക്കേണ്ടവളാണ് അമ്മ. പക്ഷേ, അവളുടെ മോഹങ്ങൾ പാപപങ്കിലമായ സമൂഹത്തെ വിട്ടകലാൻ കൂട്ടാക്കുന്നില്ല. അതുകൊണ്ടാണ് ദൈവകല്പന ധിക്കരിച്ചും അദമ്യമായ ആഗ്രഹത്തോടെ പിന്തിരിഞ്ഞു നോക്കിയത്.

ദൈവത്തെ മറന്നു ലോകത്തെ മാത്രം സ്നേഹിച്ചു പിന്മാറിപ്പോയാൽ ലോത്തിന്റെ ഭാര്യയുടെ ദുരന്തഗതി ഉണ്ടാവുമെന്ന് സൂചന.

■

താമാറിന്റെ പ്രതികാരവേഷങ്ങൾ

യാക്കോബിന്റെ പന്ത്രണ്ടു മക്കളിൽ നാലാമനാണ് യൂദാ. യൂദായുടെ മകന്റെ ഭാര്യയാണ് താമാർ.

താമാർ എന്ന വാക്കിനർത്ഥം ഈന്തപ്പന എന്നാണ്.

യൂദായുടെ മൂത്തമകനായ ഏർ ആണ് താമാറിനെ കല്യാണം കഴിച്ചത്. ഏർ ദുഷ്ടനായിരുന്നു. ദൈവത്തെ മറന്നുകൊണ്ടാണ് അവൻ ജീവിച്ചത്. നന്മയിലോ സ്നേഹത്തിലോ അവൻ വിശ്വസിച്ചില്ല. ഫലമോ? അകാലമരണമായിരുന്നു.

അന്നത്തെ ആചാരപ്രകാരം ഏറിന്റെ സഹോദരൻ ഓനാൻ അവളെ വിവാഹം ചെയ്തു. ഓനാന്റെ പ്രവൃത്തികളും ദൈവത്തെ ധിക്കരിക്കുന്നതായിരുന്നു. അവന്റെ ജീവിതവും പെട്ടെന്നു മരണത്തിൽ കലാശിച്ചു.

മൂന്നാമത്തെ മകൻ ഷേലായും താമാറും തമ്മിലുള്ള വിവാഹം യൂദാ ഇഷ്ടപ്പെട്ടില്ല. അവനും മരിച്ചേക്കുമെന്ന ഭയം കൊണ്ടായിരുന്നു. ഷേലായ്ക്കു വിവാഹപ്രായമാകുംവരെ പിതൃഭവനത്തിൽ പോയി താമസിക്കാൻ യൂദാ താമാറിനോട് ആവശ്യപ്പെട്ടു. അവൾ അനുസരിച്ചു.

ഷേലായ്ക്കു വിവാഹപ്രായമായിട്ടും അവരുടെ വിവാഹം നടത്തുന്നതിന് യൂദാ താത്പര്യം കാണിച്ചില്ല. ഷേലായുമായുള്ള വിവാഹം നടക്കില്ലെന്നു മനസ്സിലായതോടെ താമാറിന്റെ സ്വഭാവം മാറി. പ്രതികാരവാഞ്ഛ അവളെ ഭരിച്ചു. അതു യൂദായോടുള്ള തികഞ്ഞ പകരംവീട്ടലായിത്തീരുകയായിരുന്നു. അവൾ വിധവാവേഷം മാറി മൂടുപടം ധരിച്ചു. വാസ്തവത്തിൽ

അവളൊരു കുലടയുടെ വേഷം കെട്ടുകയായിരുന്നു. യൂദായാ കട്ടെ ആ കെണിയിൽ വീണു. അതേസമയം യൂദായുടെ മുദ്ര മോതിരവും വളയും വടിയും അവൾ കൈക്കലാക്കിയിരുന്നു.

താമാർ ഗർഭിണിയാണെന്നറിഞ്ഞപ്പോൾ യൂദാ ക്ഷുഭിതയായി. 'അവളെ പുറത്തിറക്കി ചുട്ടുകളയുക' എന്നായിരുന്നു യൂദായുടെ ആക്രോശം.

താമാർ അവസരോചിതമായി പ്രവർത്തിച്ചു. മുദ്രമോതിരവും വളയും വടിയും ഏല്പിച്ചുകൊണ്ട് യൂദായെ അവൾ ഉത്തരവാദിത്വത്തിന്റെ മുൾമുനയിലാക്കി. യൂദായ്ക്ക് തെറ്റു സമ്മതിക്കേണ്ടി വന്നു.

താൻ അവളോടു വാക്കു പാലിച്ചില്ല. അവളുടെ അനുസരണയും വിധേയമനോഭാവവും മുതലെടുത്തു. തന്നേക്കാൾ നീതിയുള്ളവളാണ് അവൾ.

അതികൗശലവും ദുർബുദ്ധിയും കാണിച്ചിട്ടും താമാർ കുറ്റക്കാരിയാകുന്നില്ല. അന്യായം കാട്ടിയവനോടു പകരം വീട്ടലായിരുന്നല്ലോ. ഒരിക്കലും ചെയ്യാൻ പാടില്ലാത്ത മാർഗ്ഗത്തിലൂടെയാണെങ്കിലും! വേശ്യാവേഷം കെട്ടിക്കൊണ്ടെന്നു പറയാം. പകരത്തിനു പകരം എന്ന പഴയനിയമം അവളെ തുണച്ചു.

താമാറിന്റെ വേഷങ്ങൾ!

യൂദായുടെ വേഷങ്ങൾ!

ഇന്നും സമൂഹത്തിൽ അമ്മാതിരി എത്രയോ വേഷങ്ങൾ! അതിനപ്പുറവും!

മൂല്യച്യുതി!

ആരായാലും പാവനാത്മാവിന്റെ സ്വർഗ്ഗദാനങ്ങൾക്കായി യത്നിക്കണം. ■

വിഗ്രഹങ്ങൾ

ദൈവം കല്പിച്ചതനുസരിച്ച് മോശ സീനായ് മലയിലെത്തി. നിയമങ്ങളടങ്ങിയ കൽപലകകൾ ദൈവം മോശയ്ക്കു നൽകി. പക്ഷേ, നാല്പതു രാവും പകലും കഴിഞ്ഞാണ് മോശ ജനത്തിന്റെ പക്കൽ തിരിച്ചെത്തിയത്.

മോശ മലയിൽ നിന്നിറങ്ങിവരാൻ താമസിച്ചപ്പോൾ എന്തൊക്കെ സംഭവിച്ചു.

ജനം നേതാക്കന്മാരെ മറന്നു.

ദൈവത്തെ മറന്നു.

ചുരുങ്ങിയനേരം കൊണ്ട് ജനങ്ങളുടെയിടയിൽ അവിശ്വാസവും ആശങ്കയും വളർന്നു! അടിമത്തത്തിൽ നിന്നും രക്ഷിച്ച ദൈവത്തെ ഇസ്രായേൽകാർ മറന്നു. കടലിനു നടുവിലൂടെ വഴി തെളിച്ച ദൈവത്തെ മറന്നു. കടൽ കടന്നു ഷൂർ മരുഭൂമിയിലൂടെ മൂന്നു ദിവസം യാത്ര ചെയ്തിട്ടും ഒരിക്കലും വെള്ളം കിട്ടാതായപ്പോൾ മാറായിൽവച്ചു സമൃദ്ധമായി വെള്ളം നൽകിയ ദൈവത്തെ മറന്നു. സീൻ മരുഭൂമിയിൽ കൊടുംചൂടിൽ വിശന്നു വലഞ്ഞപ്പോൾ മന്നായും കാടപ്പക്ഷികളെ നൽകിപ്പോറ്റിയ ദൈവത്തെ മറന്നു.

സീനായ് മലയിലേക്കു കയറിപ്പോയ മോശയെ കാണാതെ ജനം അക്ഷമരായി. പിറുപിറുത്തു കൊണ്ടവർ അഹറോനു ചുറ്റും കൂടി. മോശ ഇനി തിരിച്ചുവരില്ലെന്നവർ മുൻവിധി ഇട്ടു.

ഈജിപ്തുകാർ അവിശ്വാസികളും വിഗ്രഹാരാധകരും ആയിട്ടും എത്ര സുഖസൗകര്യങ്ങളോടെ അവർ ജീവിക്കുന്നു!

ഇനിയങ്ങോട്ട് തങ്ങളും അതുപോലെ യഥേഷ്ടം ജീവിക്കാൻ പോകുകയാണ്. തങ്ങൾക്കും സുഖിക്കണം, സന്തോഷിക്കണം. ഇസ്രയേൽക്കാർ അഹറോനോട് ഉറപ്പിച്ചുപറഞ്ഞു.

അതിന്റെ ആരംഭം ഗംഭീരമാകണം. ആഘോഷം പൊടി പൊടിക്കണം. അതിനായി അവർ സ്വർണമുരുക്കി ഒരു കന്നു കുട്ടിയെ ഉണ്ടാക്കി. സ്ത്രീകളും കുട്ടികളും അതിലേക്ക് പൊന്നാ ഭരണങ്ങൾ അഴിച്ചു ദാനം ചെയ്തു. വിഗ്രഹാരാധനയ്ക്ക് എന്തൊ രുത്സാഹം.

ആദ്യം നിസ്സഹായനായി നിന്ന അഹറോൻ അവരോടൊപ്പം ചേർന്നു. അയാൾ കാളക്കുട്ടിയുടെ മുന്നിൽ ഒരു ബലിപീഠം പണിതു. ജനം യാഗമർപ്പിച്ചു. ബിംബാരാധന പൊടിപൊടിച്ചു. തീനുംകുടിയും സുഖവാഞ്ഛയുമായി യഹൂദർ നടമാടി.

നോക്കണേ മനുഷ്യൻ എത്ര പെട്ടെന്നു മാറുന്നു! എത്ര പെട്ടെന്നു ദൈവനിഷേധിയാകുന്നു! വിഗ്രഹാരാധന വഴി അവർ വലിയ പാപം ചെയ്തു. യഹൂദരെ പിണക്കാൻ തന്റേടമില്ലാത്ത അഹറോൻവരെ വിഗ്രഹാരാധകനാകുന്നു!

ഇരുപത്തൊന്നാം നൂറ്റാണ്ടിൽ എത്തിനിൽക്കുമ്പോഴും നമ്മു ടെയിടയിലും ഇത്തരക്കാരില്ലേ? വിഗ്രഹത്തിനായി ഡിമാന്റ് ചെയ്യു ന്നവർ! അതിനായി മൂശ ഒരുക്കുന്നവർ? അതിലേക്കു സ്വന്തം വസ്തുവകകൾ ദാനം ചെയ്തവർ?

പരിശുദ്ധ ത്രിത്വം വെളിപ്പെടുത്തപ്പെട്ടിട്ടും ഇന്നും വിശ്വാസ ത്തകർച്ചയില്ലേ? എത്ര പേർ വിഗ്രഹങ്ങളുടെ പിറകേ പോകുന്നു! അന്ധവിശ്വാസികളാകുന്നു...! അന്ധവിശ്വാസങ്ങളുടെയും മുൻവി ധികളുടെയും വിഗ്രഹങ്ങൾ...! ജീവിതത്തിൽ പ്രശ്നങ്ങളും പ്രതി സന്ധികളും നേരിടുമ്പോൾ വിശ്വാസത്തിന്റെ മുഖ്യധാര ഉപേ ക്ഷിച്ചുപോകുന്നു...! വിശ്വാസത്തിന്റെ പേരിൽ വ്യക്തികളുടെ പിറകേപോകുന്നു...!

അജ്ഞതയുടെ വിളയാട്ടങ്ങൾ.

സൺഡേ സ്കൂൾ ഒമ്പതാംക്ലാസ്സിൽ പഠിക്കുന്ന റോജോ മോൻ ബിംബാരാധന അഥവാ വിഗ്രഹാരാധനക്കാരനായി മാറി.

കുട്ടികൾ ആശ്ചര്യപ്പെടുന്നുണ്ടാകും അതെങ്ങനെ! പറയാം, റോജോമോന്റെ കഥ ശ്രദ്ധിച്ചു കേൾക്കണം.

റോജോമോന്റെ പപ്പയ്ക്ക് ഗൾഫിലാണ് ജോലി. കുവൈറ്റിലാണെന്നു കരുതുക. അമ്മ നാട്ടിൽ അദ്ധ്യാപിക. അവരുടെ പുന്നാരമോൻ. അവന് ഒന്നിനും പഞ്ഞമില്ല. അവന്റെ ആഗ്രഹങ്ങൾ ഉടനടി സാധിച്ചുകൊടുക്കുന്ന അമ്മ. എന്നാൽ അവന്റെ സ്വഭാവത്തിൽ പല വൈകല്യങ്ങളും കടന്നുകൂടിയത് അമ്മയറിഞ്ഞില്ല. റോജോമോനും അറിഞ്ഞില്ല.

വൈകല്യങ്ങളുടെ ബിംബങ്ങൾ!

അവന്റെ സ്വഭാവത്തിന്റെ മൂശയിൽ രൂപപ്പെട്ട വൈകൃതത്തിന്റെ ബിംബങ്ങൾ!

അനുസരണക്കേടിന്റെ ബിംബങ്ങൾ!

അലസതയുടെ ബിംബങ്ങൾ!

ആ വിഗ്രഹങ്ങൾ അവനെ നോക്കി പല്ലിളിച്ചു. അവനറിയാതെ.

വിഗ്രഹങ്ങളുടെ വിജയം!

അമ്മ എന്തു പറഞ്ഞാലും അവൻ അനുസരിക്കില്ലെന്നായി. ഒഴികഴിവുകൾ പറഞ്ഞ് മാറിക്കളയും. സന്ധ്യാപ്രാർത്ഥനയ്ക്ക് വിളിച്ചാൽ അവൻ പതിവ് പല്ലവി ആവർത്തിക്കും.

“അമ്മേ, എനിക്ക് ഒത്തിരി എഴുതാനുണ്ട്...”

അവൻ ഉടനെ സ്റ്റഡി റൂമിലേക്കു കടന്നുപോകും. വാതിലടയ്ക്കും. അമ്മ ഒറ്റയ്ക്കിരുന്നു പ്രാർത്ഥിക്കും.

മോൻ എന്തു ചെയ്യുകയാണെന്ന് അമ്മ അറിയാൻ ശ്രമിച്ചില്ല. ശരിക്കും എഴുതാനുള്ളതാണോ? എഴുതുകയാണോ? സെൽഫോൺ ഗെയിം കളിക്കുകയാണോ? അതോ വോക്മാന്റെ പിടിയിലാണോ?

മോന്റെ കൊള്ളരുതായ്മകൾ പെരുകി സ്കൂളിലും സൺഡേ സ്കൂളിലുമൊക്കെ പരാതികൾ മുളപൊട്ടി അദ്ധ്യാപകരുടെ നിർദ്ദേശങ്ങളും ഉപദേശങ്ങളും റോജോമോൻ കാറ്റിൽ പറത്തി.

അനുസരണക്കേടിന്റെ വിഗ്രഹങ്ങൾ കാണുന്നില്ലേ? റോജോ മോന്റെ ജീവിതത്തിലെ അലക്ഷ്യതയുടെ വിഗ്രഹങ്ങൾ കാണുന്നില്ലേ?

ചീത്തക്കൂട്ടുകെട്ടും ടിവിയും ആധുനിക സൗകര്യങ്ങളും അവനെ മത്തു പിടിപ്പിച്ചിരിക്കുന്നു! ഫലമോ? യൂണിറ്റ് ടെസ്റ്റുകൾക്കൊക്കെ അവൻ തോറ്റു. അമ്മ അറിഞ്ഞപ്പോൾ വൈകി ആ സ്ത്രീ മകനെയോർത്തു മനമുരുകി. സൺഡേ സ്കൂളിലെ അവന്റെ പ്രകടനങ്ങൾ ക്ലാസ്സ് ടീച്ചറിൽ നിന്നറിഞ്ഞപ്പോൾ അവർ കണ്ണീരൊഴുക്കി.

"പൊന്നുമോനേ...!"

അന്നൊരു ദിവസം സൺഡേ സ്കൂളിൽ പോയ റോജോ മോൻ വഴിക്കുവച്ചു. കൂട്ടുകാരുടെ വലയിൽ കുടുങ്ങി.

ചീത്തക്കൂട്ടുകെട്ടിന്റെ വിഗ്രഹങ്ങൾ!

കളിമൺ പ്രതിമകൾ!

കാവടിയാടുന്ന കോലങ്ങൾ!

"എടാ റോജോ, അമ്പലക്കുളത്തിൽ വെള്ളം വറ്റിച്ചു തുടങ്ങി. മീൻ പിടിക്കുന്നതു കാണാം..."

കൂട്ടുകാർ അവനു ചുറ്റും കൂടി.

"സൺഡേ സ്കൂൾ...?"

റോജോ ആശങ്ക പ്രകടിപ്പിച്ചപ്പോൾ ധനേഷ് പറഞ്ഞു: "ഒരു ദിവസം സൺഡേ സ്കൂളിൽ പോയില്ലെന്നോർത്ത് ആകാശം ഇടിഞ്ഞു വീഴത്തില്ല... നീ വാ... അമ്പലക്കുളത്തിലെ മീൻ പിടിത്തം ഇന്നേ കാണാനൊക്കൂ..." കൂട്ടുകാരുടെ നിർബന്ധ പ്രകാരം റോജോ പോയി.

സൺഡേ സ്കൂളിൽ പോയില്ല. കൂട്ടുകാർ കാണിച്ച വിഗ്രഹങ്ങളെ താലോലിച്ചുകൊണ്ട് അവൻ ആ കാഴ്ച കാണാൻ പോയി വിഗ്രഹങ്ങളെപ്പറ്റി മനസ്സിലാകുന്നുണ്ടല്ലോ?

പിന്നത്തെ ഞായറാഴ്ച സൺഡേ സ്കൂളിൽ ചെന്നപ്പോൾ റോജോമോനെ ക്ലാസ്സ്ടീച്ചർ അറിയിച്ചു.

“വികാരിയച്ചനെ കണ്ടിട്ട് ക്ലാസ്സിൽ കയറിയാൽ മതി...” അവൻ ഞെട്ടി.

ആരുമറിയാതെ അവർ തന്ത്രപൂർവ്വം പിൻവാങ്ങി. പിന്നാമ്പുറം വഴിതേടി സ്ഥലം വിട്ടു.

കണ്ടോ ഒരു തെറ്റ് ചെയ്താൽ കുട്ടികളായാലും നിലനില്പിന് പല തെറ്റുകളും ചെയ്യേണ്ടിവരുന്നു!

മകന്റെ പോക്കിന്റെ യഥാർത്ഥ വിവരങ്ങൾ അറിയാൻ അമ്മ ഇനിയും വൈകി. ഒടുവിൽ അറിഞ്ഞപ്പോൾ തകർന്നുപോയി. മകന്റെ വഷളത്തരങ്ങൾ...!

അമ്മ മകനെ ശാസിച്ചു. നിരന്തരമായി ഉപദേശിച്ചു. സ്നേഹത്തിൽ, വാത്സല്യത്തിൽ തകരുന്ന അമ്മയുടെ മനസ്സ് മകൻ കണ്ടു. അമ്മയുടെ കണ്ണീർ അവന്റെ കവിൾ നനച്ചു.

റോജോ ചിന്തിച്ചു തുടങ്ങി, അവന്റെ മനസ്സ് ഉരുകിത്തുടങ്ങി, ഇളംവെയിലേറ്റ ഐസ്ക്യൂബ് പോലെ.

നന്മയുടെ പൂക്കൾ വിടരുന്നത് അവൻ കണ്ടു.

നല്ല വഴിത്താരകൾ അവൻ കണ്ടു.

എല്ലാം അമ്മ കാണിച്ചു കൊടുത്തു. സ്വന്തം സ്വഭാവത്തിലെ കറകൾ അവൻ കണ്ടറിഞ്ഞു.

റോജാമോൻ അമ്മയുടെകൂടെ വികാരിയച്ചനെ കാണാൻ പോയി. നല്ല കുട്ടിയാകാനുള്ള അഭിവാഞ്ഛയോടെ.

മോശ ദൈവസന്നിധിയിൽ നിന്നിറങ്ങി വരുമ്പോൾ വിഗ്രഹാരാധനയുടെ ഉത്സവത്തിമിർപ്പാണു കണ്ടത്. ആകാശത്തോളം ഉയർന്ന പ്രതിസന്ധിയിൽ ലേവ്യപുരോഹിതന്മാർ മോശയോടൊപ്പം നിന്നു.

മൂവായിരംപേർ വധിക്കപ്പെട്ടു.

വിഗ്രഹം തീയിലിട്ടു നശിപ്പിച്ചു.

അതിന്റെ ചാരം വെള്ളത്തിൽ കലക്കി ജനത്തെ കുടിപ്പിച്ചു.

പാപപരിഹാരമായി.

“വിഗ്രഹാരാധന നശിക്കട്ടെ...!”

"സർവ്വശക്തൻ ജയിക്കട്ടെ...!"

"കർത്താവായ സർവ്വേശ്വരൻ ജയിക്കട്ടെ...!"

"ദൈവമായ കർത്താവ് ജയിക്കട്ടെ...!"

അനുതപിച്ച ജനം ആർപ്പിട്ടു.

ജനം മനസ്സിൽ കെട്ടിപ്പടുത്ത നാശത്തിന്റെ വിഗ്രഹങ്ങൾ ഉടഞ്ഞുവീണു.

റോജോമോന്റെയും. ■

നീർക്കുമിളകൾ

ബൈക്കിന്റെ കാതടപ്പിക്കുന്ന സ്വരം കേൾക്കുമ്പോഴൊക്കെ സാറാമ്മ റോഡിലേക്കു നോക്കും. അലനാണോ വരുന്നത്...? അല്ലെന്നറിയുമ്പോൾ ആ മുഖം മങ്ങുന്നു...

"മോനേ നീ എവിടെയാണ്?"

"മമ്മിയെ നീ തളർത്തിക്കളഞ്ഞല്ലോ!"

മോനെ, നീ ഇപ്പോൾ എവിടെയാണ്? ഈ മമ്മിയുടെ കണ്ണുകൾ തോർന്നിട്ടില്ല. ഈ മമ്മി ശരിക്കു വല്ലതും കഴിച്ചിട്ട് എത്ര ദിവസമായി. ജലപാനം പോലും ശരിക്കില്ല.

എത്ര നല്ല കുട്ടിയായിരുന്നു അലൻ പോൾ. സണ്ടേസ്കൂളിലും സ്കൂളിലുമൊക്കെ എത്ര മിടുക്കൻ. പഠിത്തത്തിലും സ്വഭാവത്തിലുമൊക്കെ മാറിപ്പോയില്ലേ.

ബി.ടെക് കഴിഞ്ഞയുടനെ പ്ലെയ്സ്മെന്റായി. അഞ്ചക്ക ശമ്പളമുള്ള ജോലി അവന്റെ ജീവിതം മാറ്റി. അവന്റെ ജീവിത വീക്ഷണം മാറിമറിഞ്ഞു. ജീവിതശൈലിയിൽ താളപ്പിഴ വീണു.

അവൻ പള്ളിയിൽ പോകാതായി. കുടുംബപ്രാർത്ഥനയിൽ പങ്കെടുക്കാതായി. കുടുംബപ്രാർത്ഥനയെ അധരവ്യായാമം എന്നവൻ പേരിട്ടു. ദൈവാരാധന അവൻ ഉപേക്ഷിച്ചതുപോലെ! ലിറ്റർജിയുടെ കാതലായ കുർബാനയിൽ പങ്കെടുക്കാൻ ഉദാസീനത!

എല്ലാം അവൻ മമ്മിക്കു വിട്ട് ജോലിയും കൂട്ടുകാരുമൊക്കെയായി കഴിയുന്നു. സ്പീഡിന്റെ ലോകത്ത് സത്യമറിഞ്ഞിട്ടും കൂട്ടാക്കാതെ, ആത്മാവ് മരവിപ്പിച്ചുകൊണ്ട്...

ദിവസങ്ങൾക്കുമുമ്പ് അലനും കൂട്ടുകാരും കൂടി പിക്നിക്കിന് പോയതാണ്. കൂട്ടുകാരെത്തി, അലൻ വന്നിട്ടില്ല. വെള്ള ച്ചാട്ടത്തിലിറങ്ങിയതുമാത്രം ഒടുവിൽ കൂട്ടുകാർക്കറിയാം. അലൻ എങ്ങോട്ടുപോയെന്ന് അവർക്കും അറിഞ്ഞുകൂടാ... അവരും ഉത്ക ണ്ഠാകുലരാണ്.

"മോനെ...! നീ എപ്പോൾ വരും...?"

സാറാമ്മയുടെ കണ്ണുകൾ പിന്നെയും തുളുമ്പി...

ദൂരെ ദേവാലയത്തിന്റെ ഗോപുരം കാണാം. ഗോപുരത്തിന്റെ മുകളിൽ ചിറകു വിരിച്ചുനിൽക്കുന്ന കുരിശ്. സാറാമ്മ ബൈബി ളെടുത്തു യോഹന്നാന്റെ സുവിശേഷം നാലാം അദ്ധ്യായം. അവർ വായനയിൽ മുഴുകി.

അപ്പോഴും വിചാരങ്ങളുടെ വേലിയേറ്റം മനസ്സ് നേരെ നിൽക്കുന്നില്ല.

"മോനെ, നീ...!"

കണ്ണുകൾ തുടച്ച് സാറാമ്മ വീണ്ടും വായനയിൽ മുഴുകി. "യഥാർത്ഥ ആരാധകർ പിതാവിനെ ആത്മാവിലും സത്യത്തിലും ആരാധിക്കുന്ന സമയം വരുന്നു. അത് ഇപ്പോൾ തന്നെയാണ്." തിരുവചനത്തിൽ കണ്ണുടക്കിയപ്പോൾ സാറാമ്മയുടെ മനസ്സ് വീണ്ടും മകനെക്കുറിച്ചുള്ള ഓർമ്മകളിലേക്ക് പാളി. പ്രാർത്ഥ നയും ഞായറാഴ്ചയാചരണവും ഒക്കെ നിസ്സാരമാക്കിയ മകനു വേണ്ടി ആ മാതൃഹൃദയം തേങ്ങി. കണ്ണുനീരോടെ അവർ പ്രാർത്ഥിച്ചു. ഈശോ തന്നെത്തന്നെ സമർപ്പിച്ചുകൊണ്ട് കാൽവരിയിൽ നിത്യപിതാവിനർപ്പിച്ച ബലിയാണ് യഥാർത്ഥ ആരാധന. ലോകത്തിലെവിടെയായാലും ഈ ബലിയിലുള്ള പങ്കാളിത്തമാണ് യഥാർത്ഥ ആരാധനയിലുള്ള പങ്ക്.

ദൈവമേ അങ്ങു മനുഷ്യരെ അങ്ങേക്കായി സൃഷ്ടിച്ചു. അങ്ങയിൽ എത്തിച്ചേരുംവരെ മനുഷ്യഹൃദയം അസ്വസ്ഥമായി രിക്കും.

അടുത്ത ദിവസത്തെ ഫോൺ കോൾ സാറാമ്മയെ നടുക്കി. തകർന്ന മനസ്സോടെ അവർ മകനെ കാണാൻ പോയി. വെള്ള

ച്ചാട്ടത്തിൽപ്പെട്ട് അദ്ഭുതകരമായി രക്ഷപ്പെട്ട അലനെ കണ്ട പ്പോഴും സാറാമ്മയുടെ കണ്ണുകൾ നിറഞ്ഞൊഴുകി... സന്തോഷാ ശ്രുക്കൾ.

ഇന്നിപ്പോൾ അലൻ പോൾ മാറിക്കഴിഞ്ഞു. വിശുദ്ധ കുർബാനയിൽ പങ്കുകൊള്ളാത്ത ദിവസങ്ങൾ ഇന്ന് അലന്റെ ജീവിതത്തിൽ ഇല്ല. നഷ്ടപ്പെട്ടതൊക്കെ അവൻ വീണ്ടെടുത്തി രിക്കുന്നു.

ഇന്ന് അലന് ദൈവാരാധനയെന്തെന്നറിയാം. അതിൽ പങ്കാ ളിയാകുന്നവന് ലഭ്യമാകുന്ന ആനന്ദം. അത് അറിയാൻ താൻ വൈകിയല്ലോ എന്നതും മാത്രമാണ് അവന്റെ ദുഃഖം. ■

സാറായി എന്ന സാറ

പൂർവ്വപിതാവ് അബ്രാഹത്തിന്റെ ഇഷ്ടഭാര്യയാണ് സാറ. സാറ എന്ന പേരിന്റെ അർത്ഥം 'രാജകുമാരി' എന്നാണ്. അവളുടെ ആദ്യത്തെ പേര് സാറായി (Sarai) എന്നായിരുന്നു. (ഉത്പ. 11:29). കർത്താവാണ് സാറാ എന്ന പേരു നൽകിയത് (ഉത്പ. 17:15).

ദൈവത്തിന്റെ വാഗ്ദത്തം അബ്രാഹത്തിന്റെ സന്തതികൾ ആകാശത്തിലെ നക്ഷത്രങ്ങൾ പോലെ എണ്ണാൻ കഴിയാത്ത വിധം വർദ്ധിക്കുമെന്നായിരുന്നു (ഉത്പ. 15:5). പക്ഷേ, വന്ധ്യ യായ സാറായ്ക്ക് ആശങ്കകൾ മാത്രം. അവൾക്കു മക്കളുണ്ടാകു മെന്നു കേട്ടപ്പോൾ ഉള്ളിൽ ചിരി.

അക്കാലത്ത് ഒരാൾ ഒന്നിലധികം ഭാര്യമാരെ സ്വീകരിക്കുന്ന പതിവുണ്ടായിരുന്നു. ഈജിപ്തിൽനിന്നും അവർ കൊണ്ടു പോന്ന സുന്ദരിയായ ഹാഗാർ എന്ന ദാസിയെ ഭാര്യയായി സ്വീക രിക്കാൻ അബ്രാഹത്തോട് സാറായാണ് ആവശ്യപ്പെടുന്നത്. ഹാഗാറിനുണ്ടായ കുട്ടിയാണ് ഇസ്മയിൽ.

എന്നാൽ, സാറായെ ദൈവം പിന്നീട് അനുഗ്രഹിച്ചു. തൊണ്ണൂറാം വയസ്സിൽ അവൾ ഗർഭം ധരിച്ചു. ദൈവാനുഗ്രഹ ത്താൽ അസാദ്ധ്യമായതൊന്നുമില്ലെന്നു സാറ മനസ്സിലാക്കി. ഇസഹാക്കിനെ ദൈവം അവൾക്കു സമ്മാനിച്ചു.

തനിക്കു കുട്ടിയുണ്ടായപ്പോൾ സാറ ഹാഗാറിനെയും കുട്ടി യെയും പറഞ്ഞയച്ചു. പീഡനങ്ങൾ സഹിക്കാനാവാതെ ഹാഗാർ കുഞ്ഞിനെയും കൊണ്ടു സ്ഥലം വിടുകയാണ്.

അതിസുന്ദരിയായ സാറായ്ക്കു ബലഹീനതകളുണ്ടാ യിരുന്നെങ്കിലും നല്ല കുറേ ഗുണങ്ങളുമുണ്ടായിരുന്നു. ആ

ഗുണങ്ങളാണ് അവളെ ദൈവത്തിന് ഇഷ്ടമാവാൻ കാരണം. ആ ദൈവമാണ് അവളെ ഗോത്രമാതാവായി ഉയർത്തിയത്.

സാറ ഭർത്താവിനെ ഒരുപാടു ബഹുമാനിച്ചിരുന്നു (1 പത്രോസ് 3:6). ഭർത്താക്കന്മാരെ അനുസരിക്കാൻ ഭാര്യമാർക്ക് ഒരു നല്ല മാതൃകയായി സാറയെ ചിത്രീകരിക്കാം.

സാറ ഭർത്താവിനു കീഴ്‌വഴങ്ങുന്നവളായിരുന്നു. പരസ്പരം ബഹുമാനിക്കുന്നതും തമ്മിൽ ആലോചിച്ചു കാര്യങ്ങൾ ചെയ്യുന്നതും അബ്രാഹത്തിന്റെയും സാറായുടെയും പതിവായിരുന്നു. തന്മൂലം അവരുടെ കുടുംബജീവിതം സന്തോഷപൂർണ്ണമായിരുന്നു.

സാറ നന്മയുള്ളവളും വിശാലഹൃദയമുള്ളവളുമായിരുന്നു. ദാസിയായ ഹാഗാറിനെ അവൾ സ്വന്തം അനിയത്തിയെപ്പോലെ സ്നേഹിച്ചിരുന്നു. അതിന്റെ പ്രധാന തെളിവാണ് അവളോടൊപ്പം ഹാഗാർ പത്തുവർഷത്തോളം കഴിയുന്നത്. അതുപോലെ ലോത്തിന്റെ ഭാര്യയും സാറയും തമ്മിലും ഒരു ഇടർച്ച ഉണ്ടായതായി കാണുന്നില്ല (ഉത്പ. 15:3).

സാറ അതിഥിസൽക്കാരപ്രിയയായിരുന്നു. അവൾ അസാമാന്യമനഃശക്തി ഉള്ളവളായിരുന്നു. അതിസുന്ദരിയായ അവൾ അതുകൊണ്ടാണ് ഫറവോന്റെ കൊട്ടാരത്തിലും (ഉത്പ. 12:20) ഗെരാർ രാജാവായ അബിമലേക്കിന്റെ കൊട്ടാരത്തിലും ചാഞ്ചല്യം കൂടാതെ ദൈവാശ്രയത്തിൽ കഴിഞ്ഞുകൂടിയത് (ഉൽപ. 20:7)

127-ാമത്തെ വയസ്സിൽ അവൾ ഹെബ്രോണിൽ വെച്ചു മരിച്ചു. മക്പെലായിലെ ഒരു വയലിലുണ്ടായിരുന്ന ഗുഹയിൽ അവളെ സംസ്കരിച്ചു.

■

ഈജിപ്തുകാരി അടിമപ്പെണ്ണ്, ഹാഗാർ

അബ്രാഹത്തിന്റെയും സാറായുടെയും ജീവിതത്തിലേക്കുവന്ന ഈജിപ്തുകാരി പെണ്ണ്. സുന്ദരിയായ അടിമപ്പെണ്ണ്. അവളുടെ പേരാണ് ഹാഗാർ (Hagar) ആ പേരിനൊരു അർത്ഥം കാണുന്നുണ്ട്. അലഞ്ഞുനടക്കുന്നവൾ.

സാറായ്ക്കു കുട്ടികളുണ്ടാവില്ലെന്നു തോന്നിയപ്പോൾ അവളുടെ നിർദ്ദേശമനുസരിച്ച് അബ്രാഹം ദാസിയെകൂടി ഭാര്യയായി സ്വീകരിച്ചു. മെസപ്പൊട്ടോമിയൻ നിയമത്തിൽ അംഗീകരിക്കപ്പെട്ടിട്ടുള്ള ഒരാചാരമാണിത്. ഭാര്യ വന്ധ്യയാണെന്നു ബോദ്ധ്യമായാൽ അവൾതന്നെ ഭർത്താവിനു ദാസിയെ ഭാര്യയായി നൽകുന്നു. ദാസിയിൽ ജനിക്കുന്ന കുഞ്ഞ് കുടുംബസന്താനമായി അംഗീകരിക്കപ്പെടും. പെറ്റമ്മയേക്കാൾ കുഞ്ഞിന്റെമേൽ അവകാശം യജമാനത്തിക്കും യജമാനനും ആയിരിക്കും. അപ്രകാരം അബ്രാഹത്തിന് ഹാഗാറിൽ ജനിച്ച കുട്ടിയാണ് ഇസ്മയിൽ. എന്നാൽ ദൈവാനുഗ്രഹത്താൽ തൊണ്ണൂറുകാരിയായ സാറായ്ക്ക് മകൻ ജനിച്ചു. അതോടെ ഹാഗാറിനു കഷ്ടകാലമായി.

സാറായുടെ തനിനിറം ഹാഗാർ അറിഞ്ഞു. സാറായുടെ ഉപദേശപ്രകാരം അബ്രാഹം ഹാഗാറിനെ പറഞ്ഞുവിട്ടു. ഹാഗാറും മകനും കണ്ണീരോടെ പടിയിറങ്ങി. കുറേ അപ്പവും ഒരു തുകൽ സഞ്ചി നിറയെ വെള്ളവും മാത്രമേ അവൾക്കു കിട്ടിയുള്ളൂ.

ബേർഷേബ മരുപ്രദേശത്ത് അവൾ കുഞ്ഞിനെയുംകൊണ്ട് അലഞ്ഞുനടന്നു. തളർന്നവശരായ അവരെ കർത്താവിന്റെ ദൂതൻ

സഹായിക്കാനെത്തി. അവർ മരുഭൂമിയിൽ താമസിച്ചു. ഇസ്മയിൽ വളർന്നപ്പോൾ ഹാഗാർ ഈജിപ്തിൽനിന്നൊരു വധുവിനെ തിരഞ്ഞെടുത്തു (ഉത്പ. 21:9-21)

യജമാനത്തിയുടെ ഔദാര്യത്തിൽ യജമാനന്റെ കുഞ്ഞിനെ പ്രസവിച്ചവളാണെങ്കിലും അമ്മയായിക്കഴിഞ്ഞപ്പോൾ ഹാഗാറിന്റെ മോഹങ്ങൾ ചിറകടിച്ചു പറന്നു. യജമാനന്റെ മകന്റെ അമ്മ യജമാനത്തിയേക്കാൾ മേലേയാണെന്ന് അവൾ നിരൂപിച്ചു. സ്വന്തം നില മറന്നുള്ള ഹാഗാറിന്റെ നീക്കമാണ് പ്രശ്നങ്ങൾ ഉണ്ടാക്കിയത്. അതോടെ ഹാഗാറിന്റെ സമാധാനം തകർന്നു. ഒടുവിൽ അവൾക്ക് ഇസ്മയിലിനേയുംകൊണ്ട് പടിയിറങ്ങേണ്ടി വന്നു. അവളുടെ ജീവിതം മറ്റൊരു വഴിത്തിരിവിലേക്കു മാറുകയായിരുന്നു.

ഹാഗാറിന്റെ ദാസീഭാവം നിന്ദനീയമായിരുന്നെങ്കിലും മാതൃഭാവം ജീവസ്സുറ്റതായി. ദൈവദൃഷ്ടിയിലും അതുതന്നെ.

ലെയയും റാഹേലും
ഇസ്രായേൽ ഗോത്രങ്ങളുടെ ഉദ്ഭവം!

ലെയ എന്ന പേരിന്റെ അർത്ഥം പശു എന്നും റാഹേൽ എന്നതിന് പെണ്ണാട് എന്നുമാണ്. യാക്കോബിന്റെ ഭാര്യയാണ് ലെയാ. അവളുടെ അനിയത്തിയാണ് അതിസുന്ദരിയായ റാഹേൽ.

വാസ്തവം പറഞ്ഞാൽ റാഹേലിനെ വിവാഹം കഴിക്കാനാണ് യാക്കോബ് ആഗ്രഹിച്ചത്. അതിനുവേണ്ടിയാണ് ലാബാനു കീഴിൽ അദ്ധ്വാനിച്ചു ജീവിച്ചത്. ചെറിയ കാലമല്ല. ഏഴു കൊല്ലം! എന്നാൽ വിവാഹത്തിനു സമയമായപ്പോൾ ജ്യേഷ്ഠത്തിയെ നിർത്തി അനിയത്തിയെ കല്യാണം കഴിച്ചുകൊടുക്കാൻ ലാബാൻ (സാറായുടെ സഹോദരൻ) തയ്യാറായില്ല. അതുകൊണ്ട് ലെയയെ കല്യാണം കഴിക്കാൻ യാക്കോബ് നിർബന്ധിതനായി.

റൂബനും ശിമയോനും ലേവിയും യൂദായും യാക്കോബിന്റെ ആദ്യമക്കളാണ്. ലെയായിൽ ജനിച്ച മക്കൾ.

പിന്നീട് യാക്കോബ് റാഹേലിനെ വിവാഹം കഴിക്കുന്നുണ്ട്. ഒരു കാര്യം തെളിവാകുന്നത് എപ്പോഴും റാഹേലിനായിരുന്നു പ്രാമുഖ്യം ദൂദായിപ്പഴത്തിന്റെ കഥ (ഉത്പ 14-16) വ്യക്തമാക്കുന്നുണ്ട്. ഏഴു കൊല്ലം കൂടി യാക്കോബ് ലാബാന്റെ കീഴിൽ അദ്ധ്വാനിച്ചു ജീവിക്കുന്നതും ഇവിടെ കൂട്ടിവായിക്കേണ്ടതുണ്ട്.

യാക്കോബിന്റെ ഇഷ്ടഭാര്യ അതിസുന്ദരിയായ റാഹേലായിരുന്നു. എന്നാൽ ദൈവം മക്കളെ നൽകി അനുഗ്രഹിച്ചത് ലെയയെയായിരുന്നു. റാഹേലിനു മക്കളുണ്ടായില്ല. അതിനു ബദലായി

അനിയത്തി ജ്യേഷ്ഠത്തിക്കെതിരെ പ്രവർത്തിച്ചു. അന്നത്തെ ആചാരപ്രകാരം റാഹേൽ തന്റെ ദാസി ബിൽഹായെ ഭാര്യയായി നൽകി. അവൾക്കു മക്കളുണ്ടായി.

സൗന്ദര്യംകൊണ്ടു ഭർത്താവിനെ വശീകരിക്കുന്ന സ്ത്രീത്വ മാണ് റാഹേലിന്റേത്. എന്നാൽ മക്കളെ പെറ്റുവളർത്തുന്നതിൽ മഹത്ത്വം കണ്ടെത്തുന്നവളാണ് ലെയാ. രണ്ടു പേർക്കും അവര വരുടേതായ ഗുണദോഷങ്ങൾ കാണാം.

ലാബാന്റെ ഇളയപുത്രിയായ റാഹേലിനെ യാക്കോബ് കൂടു തൽ ഇഷ്ടപ്പെടുകയും അവർക്ക് ജോസഫ്, ബെഞ്ചമിൻ എന്നീ രണ്ടു പുത്രന്മാർ ജനിക്കുകയും ചെയ്തു. പിന്നീട് സംഭവിച്ച ദൈവകാരുണ്യമാണത്.

റബേക്കായുടെ സഹോദരൻ ലാബാന്റെ പുത്രിമാരായ ലെയയും റാഹേലും ഇസ്രായേലിന്റെ മാതാക്കളായി അവതരി പ്പിക്കുന്നുണ്ട് (റൂത്ത് 4:11). ഇസ്രായേൽ ഗോത്രങ്ങൾ ഇവിടെ പിറക്കുന്നത് ചരിത്രം സാക്ഷിക്കുന്നു. ലെയയുടെയും റാഹേലി ന്റെയും മക്കളിലൂടെ.

■

ഒലീവ്മരത്തണലിലെ കഴുതക്കുട്ടി

ഇന്നു ഓശാനത്തിരുനാളാണ്. യൂറോപ്പിൽ നിന്നുള്ള ആ വലിയ സംഘം ജറുസലേം പഴയ തെരുവിലൂടെ നീങ്ങുന്നു.

"ഓശാനാ... ഓശാനാ... ദാവീദിൻസുതനോശാ... കർത്താവിന്റെ നാമത്തിൽ വരുന്നവൻ അനുഗൃഹീതൻ...! ഉന്നതങ്ങളിൽ ഓശാനാ...!"

വിശുദ്ധനാടുകളിലൂടെ തീർത്ഥാടനത്തിനു വന്നവരാണ്. ചിലരുടെ കൈയിൽ ഒലിവിന്റെ കൊച്ചുകൊച്ചു ചില്ലകളുണ്ട്.

പ്രവാചകൻ വഴി പറയപ്പെട്ട വചനം പൂർത്തിയാക്കാനാണ് ഇതു സംഭവിച്ചത്. സിയോൻ പുത്രിയോട് പറയുക ഇതാ നിന്റെ രാജാവ് വിനയാന്വിതനായി കഴുതയുടെയും കഴുതക്കുട്ടിയുടെയും പുറത്ത് നിന്റെ അടുത്തേക്കും വരുന്നു. ശിഷ്യന്മാർ പോയി ഈശോ കല്പിച്ചതുപോലെ ചെയ്തു. അവർ കഴുതയേയും കഴുതക്കുട്ടിയേയും കൊണ്ടുവന്നു. അവയുടെ മേൽ വസ്ത്രങ്ങൾ വിരിച്ചു. അവൻ കയറി ഇരുന്നു. ജനക്കൂട്ടത്തിൽ വളരെപ്പേർ വഴിയിൽ തങ്ങളുടെ വസ്ത്രങ്ങൾ നിരത്തി. ഈശോയുടെ മുമ്പിലും പിന്നിലും നടന്നിരുന്ന ജനങ്ങൾ ആർത്തു വിളിച്ചു: "ദാവീദിന്റെ പുത്രനു ഓശാനാ...! കർത്താവിന്റെ നാമത്തിൽ വരുന്നവൻ അനുഗൃഹീതർ...! ഉന്നതങ്ങളിൽ ഓശാന...!"

"രണ്ടായിരം വർഷം മുമ്പ് നടന്ന ആ ഓശാനത്തിരുന്നാൾ ഇന്നിപ്പോൾ ലോകമെമ്പാടും ആഘോഷിക്കുകയാണ്! ഓശാന വിളികൾകൊണ്ട് ആഹ്ലാദിക്കുകയാണ്.

"ഓശാന...! ഓശാനാ...!"

ഞങ്ങളെ രക്ഷിക്കേണമേ എന്നു നിർവ്വചിക്കപ്പെടുന്ന സുന്ദര പദം...! ആകാശങ്ങളെ ഉണർത്തി ഉയരങ്ങൾ കീഴടക്കിയ സ്വർഗ്ഗീയസ്വരം...!

കൃത്യമായി നിർവ്വചിക്കപ്പെടാൻ വയ്യാത്തൊരു ആശ്ചര്യപ്രകടനമാണതെന്നു പ്രതിപാദിക്കപ്പെട്ട പദം! ആദിയിൽ യഹൂദന്മാരുടെ ആരാധനയിൽ ഉയിർകൊണ്ട പദം! കൂടാരപ്പെരുന്നാളിന്റെ ഏഴാംനാൾ "വലിയ ഓശാന" എന്ന വിശേഷണം. അപ്പോൾ ഉപയോഗിച്ചിരുന്ന കമ്പുകൾക്കു (ലേവ്യ 23:40) ഓശാനക്കമ്പുകളെന്നും. കുരുത്തോലപ്പെരുന്നാളിനു ഓശാന എന്നു പേരായതും തഥൈവ. സുവിശേഷത്തിൽ ആറ് പ്രാവശ്യം കാണുന്ന പദം!

ഓശാനവിളികളോടെ യൂറോപ്യൻ തീർത്ഥാടകസംഘം തെരുവിലൂടെ ഒഴുകി. അതിനിടയിലാണ് നാലു വയസുകാരൻ റോഷ് ആ കാഴ്ച കണ്ടത്. വഴിയരികിലെ ഒലീവ് മരത്തണലിലൊരു സുന്ദരനായ കഴുതക്കുട്ടി! അതു തലയാട്ടി പുല്ല് നുണഞ്ഞ് നിൽക്കുന്നു. ചിലപ്പോൾ നൂഡിൽസ് പോലെ പുൽനാമ്പ് താഴേക്കു വീഴുന്നു. ജറുസലേമിലെ കഴുതക്കുട്ടിയോട് റോഷിന് ഇഷ്ടം തോന്നി. അവൻ അങ്ങോട്ടു ചെന്നു.

പണ്ട് പണ്ട് ഈശോ കയറി രാജകീയ യാത്ര ചെയ്ത കഴുതക്കുട്ടിയെപ്പറ്റി മമ്മ പറഞ്ഞു കൊടുത്ത കഥ അവനോർത്തുപോയി. ഈശോയെ ചുമക്കാൻ ഭാഗ്യം സിദ്ധിച്ച ആ കഴുതയുടെ പിൻതലമുറക്കാരൻ കഴുതക്കുട്ടിയാണോ ഈ സുന്ദരക്കുട്ടൻ...? റോഷ് അത്രയ്ക്കൊന്നും ഒരുപാട് ചിന്തിച്ചില്ല. കഴുതക്കുട്ടിയുടെ തലയിൽ തലോടി അവൻ നിന്നു.

പെട്ടെന്നൊരു ഉൾവിളിയോടെ റോഷ് ഞെട്ടിത്തിരിഞ്ഞു. സംഘം പോയിക്കഴിഞ്ഞു. തന്റെ മമ്മയും ഡാഡും എവിടെ? അവൻ പരിഭ്രമിച്ചോടി. മുന്നോട്ടു കുറേ ദൂരം ഓടിയെങ്കിലും അവന്റെ സംഘത്തെ കാണാനായില്ല. അവന്റെ സ്പീഡ് കുറഞ്ഞു. വിതുമ്പലുകളോടെ അവൻ നടന്നു. ജോഗിംഗിന്റെ സ്പീഡായി പിന്നേ പയ്യേ നടന്നു. അവന്റെ കണ്ണീർമിഴികളെ മറച്ചു.

"മമ്മാ... മമ്മാ... മമ്മാ..." ആ കുട്ടി വാവിട്ടു കരഞ്ഞു.

അപ്പോഴാണ് കേരളത്തിൽനിന്നുള്ള ആ സംഘം അതിലെ വന്നത്. ഫാദർ കുരിയാക്കോസിന്റെ നേതൃത്വത്തിലുള്ള മുപ്പത്തിനാലംഗ സംഘം. അവർ ആ രംഗം കണ്ടു. ഫാദർ കുരിയാക്കോസ് ഇംഗ്ലീഷിൽ ചോദ്യങ്ങൾ ചോദിച്ചു. ഒറ്റപ്പെട്ടുപോയ കുട്ടിയുടെ കദനകഥ അറിയാൻ ശ്രമിച്ചു.

ഒരു കാര്യം മനസ്സിലായി. റോഷ് സ്പാനിഷാണു സംസാരിക്കുന്നത്. അച്ചനു സ്പാനിഷ് അറിയാമായിരുന്നതുകൊണ്ട് കാര്യം പിടികിട്ടി. റോഷിനു മാതാപിതാക്കളെ മിസായി. ചിലിയിലെ സാന്റിയാഗോ സിറ്റിയിൽനിന്നും വന്ന അവന്റെ തീർത്ഥാടകസംഘത്തെ മിസായി.

"നോക്കണേ, റോഷിന്റെ മാതാപിതാക്കളുടെ ചെറിയൊരു അശ്രദ്ധ വരുത്തി വച്ച വിന...!" കുരിയാക്കോസച്ചൻ സംഘത്തെ ഓർമ്മിപ്പിച്ചു. "കുട്ടികളോട് കാണിക്കുന്ന ഇത്തരം അലംഭാവങ്ങൾ, ഉത്തരവാദിത്തക്കേടുകൾ ജീവിതത്തിൽ നികത്താനാകാത്ത വിടവുകൾ ഉണ്ടാക്കി വയ്ക്കും എന്നുമെന്നും ദുഃഖിക്കാൻ...!"

നമ്മുടെ നാട്ടിൽ സംഭവിച്ച ഒരത്യാഹിതം കൂടി ആ നിമിഷം അച്ചൻ അനുസ്മരിച്ച്: "ബർത്ത്ഡേ ആഘോഷവുമായി വേമ്പനാട്ടു കായലിലൂടെ പാഞ്ഞ ബോട്ട്. ആഘോഷം ആഹ്ലാദത്തിൽ മുങ്ങിപ്പൊങ്ങിയപ്പോൾ ലഹരിയിലും കളിതമാശകളിലും മുങ്ങിപ്പൊങ്ങിയപ്പോൾ വേമ്പനാട്ട് കായലിലെ ഓളങ്ങൾ തട്ടിയെടുത്തത് ബർത്ത്ഡേ ആഘോഷിച്ച അതേ ആറു വയസ്സുകാരനെ തന്നെ. ആ കുടുംബം അതോടെ തകർന്നു. ഒരു നോട്ടപ്പിശക് വരുത്തിവച്ച അനർത്ഥം ആ അനർത്ഥം മുഖാന്തരം കുട്ടികളാണ് ഇരയാകുന്നതെങ്കിലോ? ആ നോട്ടപ്പിശക് ഒരിക്കലും ക്ഷമിക്കപ്പെടുകയില്ല..."

സമാശ്വാസത്തിന്റെ നിമിഷങ്ങൾ...! അതാ അവർ കാറിൽ പാഞ്ഞെത്തി. റോഷിന്റെ മാതാപിതാക്കൾ, ഫെർണാൺഡോയും പട്രീഷ്യയും കൊച്ചുമോനെ കണ്ടുകിട്ടിയതിലുള്ള സന്തോഷത്തോടെ പട്രീഷ്യ ഓടി വന്നു. ആനന്ദബാഷ്പത്തോടെ അമ്മ മകനെ വാരിപ്പുണർന്നു.

മലയാളിസംഘത്തിന്റെ ഉത്കണ്ഠയും അവിടെ അസ്തമിച്ചു. പ്രാർത്ഥനയും. ■

സ്നേഹമാണ് ദൈവം

സ്കൂളിലെ ഉച്ചകഴിഞ്ഞുള്ള ഇന്റർവെൽ.

'ഇൻഫന്റ് ജീസസ്' സ്കൂളിന്റെ കാമ്പസും മൈതാനവുമൊക്കെ കുട്ടികളുടെ ബഹളത്തിലാണ്ടുകഴിഞ്ഞു. കിട്ടിയനേരത്തിനു പല കുട്ടികളും ഓടിക്കളിക്കുന്നു. ടോണിയും ധനുഷുമൊക്കെ അക്കൂട്ടത്തിലുണ്ട്. എന്തിന് ക്ലാസ്മുറികളിലും കുട്ടികളുടെ ലീലാവിലാസങ്ങൾ!

പെട്ടെന്ന് ബെൽ മുഴങ്ങി. ഇന്റർവെൽ കഴിഞ്ഞു. കുട്ടികൾ അവരവരുടെ ക്ലാസുകളിലേക്ക് ഓടിക്കയറി. ടോണിയും ധനുഷും. അവരുടെ ആറാംക്ലാസ് എ ഡിവിഷനിലെ ഇരിപ്പിടം പിടിച്ചു.

അടുത്ത പീരിയഡ് മർക്കോസ്സാറിന്റേതാണ്. സാർ മുൻകോപക്കാരനാണ്. വള്ളിച്ചൂരൽ എപ്പോഴും കൈയിലുണ്ടാകും.

പരസ്യമായതും കടുത്തതുമായ പഴഞ്ചൻ ശിക്ഷാരീതികൾ മോഡേൺ വിദ്യാഭ്യാസനയത്തിനു ചേർന്നതല്ലെന്നു മർക്കോസ്സാറിനുമറിയാം. പിള്ളേരെ പ്രഹരിക്കേണ്ട. പക്ഷേ 'വടിമുനയിൽ നിർത്തണം.' അതാണ് അദ്ദേഹത്തിന്റെ അഭിപ്രായം.

മർക്കോസ്സാറിനെ ദൂരെ കണ്ടപ്പോഴേ പിൻബഞ്ചിലിരിക്കുന്ന ദീപുവും ജോജിയും ഊറിച്ചിരിച്ചു. അർത്ഥഗർഭമായ ചിരി!

മുഖത്തൊരു ചിരി തിരുകി മർക്കോസ്സാർ ക്ലാസിലേക്കു കടന്നുവന്നു; ചൂരൽ ചുഴറ്റിക്കൊണ്ട് നോട്ട്ബുക്കും പുസ്തകവും ചൂരലുമൊക്കെ മേശപ്പുറത്തുവച്ചിട്ട് അദ്ദേഹം കസേരയിലിരുന്നു.

നിമിഷങ്ങളുടെ സ്ഫോടനം!!

കസേര പൊട്ടിത്തെറിച്ചു! ഒപ്പം സാറും!

സാർ വീഴാതിരിക്കാൻ പാടുപെട്ടു.

കസേരയല്ല പൊട്ടിത്തെറിച്ചത്. കസേരയുടെ നാലുകാലിനും അടിയിൽ വെച്ചിരുന്ന പൊട്ടാസാണ് സ്ഫോടനം ഉണ്ടാക്കിയത്. കുട്ടികളുടെ കളിത്തോക്കിൽ ഉപയോഗിക്കുന്ന പൊട്ടാസ്.

ശബ്ദം കേട്ടതോടെ കുട്ടികൾ ആർത്തുചിരിച്ചു. മർക്കോസ് സാറിന്റെ തുറിച്ച കണ്ണുകൾക്കു മുന്നിൽ കുട്ടികൾ പെട്ടെന്നു നിശ്ശബ്ദരായി.

“ആരാണ് പൊട്ടാസ് കസേരക്കാലിനടിയിൽ വെച്ചത്?”

മർക്കോസ് സാറിന്റെ മുഴക്കമാർന്ന ചോദ്യമുയർന്നു.

ആർക്കും മിണ്ടാട്ടമില്ല.

“ചോദിച്ചത് കേട്ടില്ലേ? ആരാണ് പൊട്ടാസ് വെച്ചത്?”

ചോദ്യം പലതവണ ആവർത്തിച്ചപ്പോൾ ദീപു എഴുന്നേറ്റു നിന്ന് പറഞ്ഞു.

“സാർ, ടോണിയാണതു ചെയ്തത്.”

അതുകേട്ടപ്പോൾ ടോണി നടുങ്ങി. അദ്ധ്യാപകൻ നടുങ്ങി. ക്ലാസാകെ നടുങ്ങി.

“സാർ ഞാനല്ല ചെയ്തത്.”

ടോണി നിരപരാധിത്വം വെളിവാക്കിയെങ്കിലും മർക്കോസ് സാർ കൂട്ടാക്കിയില്ല. അദ്ദേഹം അവനെ ശിക്ഷിച്ചു. അവന്റെ കൈവെള്ളയിൽ ദേഷ്യം തീരുമാറ് വീശിയടിച്ചു.

ടോണി പൊട്ടിക്കരഞ്ഞുപോയി.

സത്യത്തിൽ ആ തെറ്റുചെയ്തത് ദീപുവും ജോജിയും കൂടിയായിരുന്നു. പല കുട്ടികൾക്കും അതറിയാമായിരുന്നു. പേടിച്ചു പറഞ്ഞില്ലെന്നുമാത്രം.

എന്നാൽ സത്യം പിറ്റേന്ന് പുറത്തുവന്നു. മർക്കോസ്സാർ നിരപരാധിയായ ടോണിയോട് ഖേദം പ്രകടിപ്പിച്ചു. അവന് സ്പെഷ്യൽ ഗിഫ്റ്റും നൽകി. തെറ്റ് ചെയ്ത ദീപുവിനേയും ജോജിയേയും മാതൃകാപരമായി ശിക്ഷിച്ചു. ക്ലാസിനു വെളിയിൽ

നിർത്തി. അവരുടെ മാതാപിതാക്കളെ വിളിപ്പിച്ചു. ഒടുവിൽ രണ്ടു പേരും ടോണിയോട് മാപ്പു ചോദിച്ചു.

കാര്യങ്ങൾക്ക് അങ്ങനെ തിരശ്ശീല വീണിട്ടും ടോണി പൊറുക്കാൻ തയ്യാറല്ലായിരുന്നു. അവന്റെ തല പുകഞ്ഞു. പ്രതികാര വാഞ്ഛ!

എങ്ങനെയും പ്രതികാരം ചെയ്യണം. ദീപുവനേയും ജോജിയേയും പാഠം പഠിപ്പിക്കണം. മനസ്സിൽ കനലുകൾ നീറി. ഉമിത്തീ പോലെ!

ടോണിയും ധനുഷും കൂടി അതിന് കെണിയൊരുക്കി നടന്നു. തേളിനെ കൂട്ടിലാക്കി ദീപുവിന്റെയും ജോജിയുടെയും സ്കൂൾ ബാഗിലിടുക. ആ കെണിയും മനസ്സിലൊരുക്കി നടന്നു.

സണ്ടേസ്കൂൾ ക്ലാസിൽവെച്ച് ടോണിയുടെ മനസ്സുരുകി, മഞ്ഞുപോലെ. കാരണം ആറാംക്ലാസിലെ ഒമ്പതാം പാഠം പഠിപ്പിക്കുകയായിരുന്നു സിസ്റ്റർ നിർമ്മല. യഥാർത്ഥ സ്നേഹമെന്തെന്ന് തിരുവചനങ്ങളിലൂടെ സിസ്റ്റർ പഠിപ്പിച്ചു.

ക്ഷമിക്കുന്ന സ്നേഹം!

എല്ലാം സഹിക്കുന്ന സ്നേഹം!

അതാണ് വേണ്ടത്.

'ഗോഡ് ഈസ് ലവ്' എന്നു കേട്ടിട്ടില്ലേ? ആ ദിവ്യസ്നേഹത്തിൽ നാം ഒന്നായിത്തീരണം. കുറ്റമറ്റവരാകണം. ആരോടും വിരോധമില്ലാത്ത സ്നേഹിക്കുന്ന ഒരു ഹൃദയം നമുക്കുണ്ടാകണം. എങ്കിലേ ദിവ്യബലി അർപ്പിക്കാനുള്ള യോഗ്യത നമുക്കുണ്ടാകൂ. അപ്പോഴേ നമ്മുടെ ബലി ദൈവതിരുസന്നിധിയിൽ സ്വീകാര്യമാകുകയുള്ളൂ.

ക്ഷമിക്കാതെ, മനസ്സിൽ വിരോധം വച്ചുകൊണ്ട് അർപ്പിക്കുന്ന ബലികൾ ദൈവസന്നിധിയിൽ സ്വീകാര്യമല്ല. ബലിയർപ്പണത്തിനു മുമ്പായി ഈശോ കുരിശിൽ കിടന്നുകൊണ്ട് തന്റെ ശത്രുക്കളോട് ക്ഷമിച്ചു.

ഈശോ പറഞ്ഞു, ...ബലിപീഠത്തിൽ കാഴ്ചയർപ്പിക്കുമ്പോൾ നിന്റെ സഹോദരനു നിന്നോട് എന്തെങ്കിലും വിരോധമുണ്ടെന്ന് അവിടെവെച്ച് ഓർത്താൽ കാഴ്ചവസ്തു അവിടെ

ബലിപീഠത്തിനു മുൻപിൽ വച്ചിട്ട് പോയി സഹോദരനോടു രമ്യപ്പെടുക. പിന്നെ വന്നു കാഴ്ചയർപ്പിക്കുക." (മത്തായി 5:23-24)

വിശുദ്ധ കുർബ്ബാനയിലെ ആദ്യഗീതം ഈ അനുരഞ്ജനം നമ്മേ അനുസ്മരിപ്പിക്കുന്നു.

ടോണിയെ സംബന്ധിച്ചിടത്തോളം അന്നത്തെ വേദപാഠ ക്ലാസ് അനുഭവവിശേഷമായി. ഒമ്പതാം പാഠഭാഗങ്ങൾ അവൻ ഹൃദിസ്ഥമാക്കി. അവന്റെ മനസ്സിൽനിന്നും വിരോധത്തിന്റെ അഴുക്കുകളൊക്കെ ഒലിച്ചുപോയി.

ക്ഷമിക്കുന്ന മനസ്സ്!

സ്നേഹമറിയുന്ന മനസ്സ്!

വിരോധമറിയാത്ത മനസ്സ്!

അനുരഞ്ജനത്തിന്റെ പുതിയ പാത!

നവമൊരു പീഠം!

ലോകനാഥനായ ഗുരുവിന്റെ സ്നേഹത്തോടെ ഈ മഹായാഗം അർപ്പിക്കാൻ ആ ബാലൻ ഒരുങ്ങിക്കഴിഞ്ഞു.

"കഴിഞ്ഞതൊക്കെ മറക്കാം ധനുഷ്... ഇനി മുതൽ നമുക്കെല്ലാവർക്കും നല്ല സ്നേഹിതന്മാരായി ഒരുമയോടെ നീങ്ങാം."

ടോണിയുടെ വാക്കുകൾ ധനുഷിനെ അദ്ഭുതപ്പെടുത്തി. അനുരഞ്ജനത്തിന്റെ പരിവേഷം...!

കുട്ടികളുടെ കണ്ണുകളിൽ സ്നേഹത്തിന്റെ പരിവേഷം!

സ്നേഹമാണ് ദൈവം എന്നറിയുമല്ലോ.

■

പൊന്ന് മീറാ കുന്തിരിക്കം

ബേത്‌ലെഹേമിലെ മനോഹരമായൊരു താഴ്‌വര! സ്വപ്നമനോഹരതീരം! അവിടെ ആഘോഷം അവസാനഘട്ടത്തിലാണ്.

കിന്നരം മീട്ടിയും തപ്പുകൊട്ടിയും ആട്ടിടയന്മാർ ആടിപ്പാടുകയാണ്. മാദായ് എന്ന ഇടയൻ തന്നെ അവരിൽ നേതാവ്. ആടുകളുടെ ഉടയോൻ അവിടെ ആസനസ്ഥനായിട്ടുണ്ട്.

ചെമ്മരിയാടുകളുടെ രോമം കത്രിക്കൽ ആണ്ടിലൊരിക്കൽ നടക്കുന്ന ചടങ്ങാണ്. ആ ചടങ്ങ് ആഹ്ലാദത്തിന്റെയും ആമോദത്തിന്റെയും നിമിഷങ്ങളാക്കിത്തീർക്കുന്നു... ഉടയോൻ അതിന് സർവാത്മനാ പിന്തുണ നൽകാറുണ്ട്. പലസ്തീനിലെ രീതിയാണത്.

നീലരാത്രിയുടെ സമാഗമം. പൂനിലാവു പൊഴിക്കുന്ന ശാന്തസുന്ദരരാത്രി!

പൗർണമി!

ആഘോഷം തീർന്നപ്പോൾ രാത്രി വൈകി. അപ്പോഴാണ് ഇടയന്മാർ ആ കാഴ്ച കണ്ടത്.

ആകാശം ദിവ്യപ്രഭ ചൂടി നിൽക്കുന്നു! ഒരിക്കലും കണ്ടിട്ടില്ലാത്ത ദൃശ്യഭംഗി! ആകാശത്തു വിസ്മയപരിവേഷം ചാർത്തിയൊരു നക്ഷത്രം!

വിസ്മയക്കണ്ണുകൾ ചിമ്മിനിൽക്കുന്ന നക്ഷത്രം.

"എന്തൊരു തിളക്കം...! എന്തൊരു വെട്ടം...! ഒരിക്കലും കണ്ടിട്ടില്ലാത്ത നക്ഷത്രത്തിളക്കം...!"

മാദായ് കൂട്ടുകാരോടു പറഞ്ഞു.

പെട്ടെന്ന് അദ്ഭുതത്തിന്റെ വെള്ളിവെളിച്ചം ചിറകടിച്ചു. ഇടയന്മാർ ആ കാഴ്ച കണ്ടത്.

ആകാശം ദിവ്യപ്രഭ ചൂടി നിൽക്കുന്നു! ഒരിക്കലും കണ്ടിട്ടില്ലാത്ത ദൃശ്യഭംഗി! ആകാശത്ത് വിസ്മയപരിവേഷം ചാർത്തിയൊരു നക്ഷത്രം!

വിസ്മയക്കണ്ണുകൾ ചിമ്മിനിൽക്കുന്നു നക്ഷത്രം.

"എന്തൊരു തിളക്കം... എന്തൊരുവെട്ടം... ഒരിക്കലും കണ്ടിട്ടില്ലാത്ത നക്ഷത്രത്തിളക്കം..."

മാദായ് കൂട്ടുകാരോടു പറഞ്ഞു.

പെട്ടെന്ന് അദ്ഭുതത്തിന്റെ വെള്ളിവെളിച്ചം ചിറകടിച്ചു. ഇടയന്മാർ ആകാംക്ഷാഭരിതരായി. കർത്താവിന്റെ ദൂതൻ അവർക്ക് പ്രത്യക്ഷപ്പെട്ടു. കർത്താവിന്റെ മഹത്വം അവരുടെമേൽ പ്രകാശിച്ചു.

"ഭയപ്പെടേണ്ടാ..." മാലാഖ മൊഴിഞ്ഞു: "ഇതാ സകലജനത്തിനും വേണ്ടിയുള്ള വലിയ സന്തോഷത്തിന്റെ സദ്വാർത്ത ഞാൻ നിങ്ങളെ അറിയിക്കുന്നു. ദാവീദിന്റെ പട്ടണത്തിൽ നിങ്ങൾക്കായി ഒരു രക്ഷകൻ. കർത്താവായ ക്രിസ്തു ഇന്ന് ജനിച്ചിരിക്കുന്നു. ഇതായിരിക്കും നിങ്ങൾക്കുള്ള അടയാളം. പിള്ളക്കച്ചകൊണ്ടു പൊതിഞ്ഞ്, പുൽത്തൊട്ടിയിൽ കിടത്തിയിരിക്കുന്ന ഒരു ശിശുവിനെ നിങ്ങൾ കാണും."

പെട്ടെന്ന് സ്വർഗ്ഗീയസൈന്യത്തിന്റെ ഒരു വ്യൂഹം ആ മാലാഖയോടു കൂടെ പ്രത്യക്ഷപ്പെട്ട് ദൈവത്തെ സ്തുതിച്ചുകൊണ്ട് പാടി:

"അത്യുന്നതങ്ങളിൽ ദൈവത്തിനു മഹത്ത്വം...! ഭൂമിയിൽ ദൈവകൃപ ലഭിച്ചവർക്ക് സമാധാനം...!" (ലൂക്കാ: 2: 9-14)

ഇടയന്മാർ ആഹ്ലാദത്തോടെ ഓടി.

ഈ അദ്ഭുതക്കാഴ്ച കണ്ടുനിൽക്കുകയായിരുന്നു ആടുകളും.

ചെമ്മരിയാട്ടിൻകുട്ടി അമ്മയോടു പറഞ്ഞു: "അമ്മേ, നോക്കൂ... ആ ഇടയന്മാർ വടിയും പിടിച്ചോടുന്നതു കണ്ടോ? അവർ എങ്ങോട്ടാ പോരുന്നത്...? നമുക്കും പോകാം...!!

"ഇടയന്മാർ എങ്ങോട്ടും പോകട്ടെ...." അമ്മ മകളെ ശാസിച്ചു: "ഇടയൻ പറയാതെ പോയിക്കൂടാ... നിനക്കാ ഇടയന്റെ വഴക്കു കേൾക്കാനും അടി കൊള്ളാനും തിടുക്കമായോ...?" അമ്മ കണ്ണു മിഴിച്ചു. എന്നിട്ട് തുടർന്നു: "നാടോടുമ്പം നടുവേ, നമ്മുടെ ഗ്രൂപ്പി നൊത്തവണ്ണം വേണം നിൽക്കാൻ... തുള്ളിച്ചാടി വല്ലയിടോം പോവരുത്... ചെമ്മരിയാട്ടിൻകുട്ടിയെ തട്ടിയെടുക്കാൻ ചെന്നായ് പമ്മിനടക്കയാ..."

അദ്ഭുതനക്ഷത്രം നീങ്ങിയ വഴിത്താര! ആഹ്ലാദത്തിന്റെ വഴി ത്താര!!

ആഹ്ലാദവും ആകാംക്ഷയും അദ്ഭുതവും തിരതല്ലിയ നിമിഷ ങ്ങൾ!!

നിറകാഴ്ച!

ആട്ടിടയന്മാർ പുൽക്കൂട്ടിൽ പുഞ്ചിരി തൂവിക്കിടക്കുന്ന പൊന്നുണ്ണിയെക്കണ്ടു. മുട്ടുകുത്തി കുമ്പിട്ടാരാധിച്ചു. രാജാധി രാജനായ ആ പൊന്നുണ്ണിയെ...!

സ്വർഗ്ഗീയ പരിവേഷം ചൂടിയ വിനാഴികകൾ കടന്നുപോയി. അടുത്ത വിനാഴിക അവരെത്തി. പൗരസ്ത്യദേശത്തുനിന്നുള്ള ജ്ഞാനികൾ. ജറുസെലേം വഴി ആ മൂന്നു രാജാക്കന്മാർ പൊന്നുണ്ണിയുടെ മുന്നിലെത്തി. അവിടുത്തെ താണുവണങ്ങി. കുമ്പിട്ടാരാധിച്ചു. അവിടുത്തെ യാത്രാവാഹനങ്ങളായ ഒട്ടക ങ്ങളും അവിടുത്തെ വന്ദിച്ചുനിന്നു.

"രാജരാജനായ പൊന്നുണ്ണിക്കു സ്തുതിയും സ്തോത്രവും...!"

ഇടയന്മാർ അന്തംവിട്ടുനിന്നു. രാജാക്കന്മാർപോലും ആരാധി ക്കുന്ന ഈ പൈതൽ...? അവർ വീണ്ടും മുട്ടുകുത്തി കുമ്പിട്ടാ രാധിച്ചു. സാഷ്ടാംഗപ്രണാമം ചെയ്തു. സ്തുതിയും സ്തോ ത്രവും കൊണ്ടവർ പൊന്നുണ്ണിയെ മൂടിപ്പുതപ്പിച്ചു.

ഈ സമയം രാജാക്കന്മാർ കരുതിക്കൊണ്ടുവന്ന കാഴ്ച വസ്തുക്കൾ തുറന്നു. അതവർ ഓരോരുത്തരും ആ തൃപ്പാദ ങ്ങളിൽ സമർപ്പിച്ചു.

പൊന്ന് മീറാ കുന്തിരിക്കം!

ഐഹികപ്രഭയുടെ തനി തങ്കകാന്തി! രാജാധികാരത്തിന്റെ പൊൻകിരീടം! ലോകശക്തിയുടെ തങ്കക്കിരീടം!!!

ഔഷധഗുണമുള്ള ലോകോത്തരസുരഭിലതൈലം! മീറാ തൈലം!

കുരിശിൽ കിടന്ന ഈശോയ്ക്ക് മീറ കലർത്തിയ വീഞ്ഞു നൽകി. (മാർക്കോ: 15:23) ഈശോയെ സംസ്കരിക്കാൻ നിക്കേദേമോസ് സുഗന്ധദ്രവ്യത്തോടൊപ്പം മീറയും കൊണ്ടുവന്നിരുന്നു. (യോഹ: 19:29)

കുന്തിരിക്കം (frankincense) ദൈവികമഹത്വത്തിന്റെ അടയാളം! മഹത്ത്വത്തിന്റെ സങ്കീർത്തനങ്ങൾ ഉയർത്തുന്ന കുന്തിരിക്കധൂമം! സുരഭിലധൂമം! സന്തോഷവും സമാധാനവും ഉളവാക്കുന്ന ഗുണവസ്തുവായി സുഭാഷിതങ്ങൾ പറയുന്നു (27/9). ജറുസെലേം ദേവാലയത്തിൽ കുന്തിരിക്കം പുകയ്ക്കുന്നതിനു പ്രത്യേക ബലിപീഠം ഉണ്ടായിരുന്നു.

ഒരു നിമിഷം!

തുള്ളിച്ചാടി വരുന്ന ചെമ്മരിയാട്ടിൻകുട്ടിയുടെ ശബ്ദം കേട്ട് മാദായ് ഒന്നു തിരിഞ്ഞുനോക്കി. അതേ..., തന്റെ ആട്ടിൻപറ്റം ഇതാ എത്തിക്കഴിഞ്ഞു. തൊട്ടുപിന്നിൽ.

ഉണ്ണീശോയെ കണ്ടുവണങ്ങാൻ!

രാജാക്കന്മാരുടെ രാജാവായി പിറന്ന ഉണ്ണിമിശിഹായെ കാണാൻ! ആരാധിക്കാൻ...!

അപ്പോഴും മാലാഖമാരുടെ സ്തുതിഗീതം ഇടയന്മാരുടെ മനസ്സിൽനിന്നും മാഞ്ഞിരുന്നില്ല.

“അത്യുന്നതങ്ങളിൽ ദൈവത്തിനു മഹത്ത്വം...! ഭൂമിയിൽ ദൈവകൃപ ലഭിച്ചവർക്കു സമാധാനം...!

■

സമ്മാനം

ലാൻസർ കാർ ഗേറ്റ് കടന്നു മുറ്റത്തുവന്നുനിന്നു. അനീഷ് മോനും അനിറ്റമോളും ഇരുവശവുമുള്ള ഡോർ ഒരേസമയം തുറന്ന് ഒപ്പമിറങ്ങി. സണ്ടേ സ്കൂൾ വിടാൻ കാത്തിരുന്നപോലെ മഴ കോരിച്ചൊരിയുന്നു. ടെറസിൽനിന്ന് പ്ലാസ്റ്റിക്പാത്തിവഴി വീഴുന്ന വെള്ളത്തിലേക്ക് അനീഷ്മോൻ അനിറ്റമോളെ പിടിച്ചു തള്ളി. അവൾ നനഞ്ഞുകുളിച്ചു. എന്തൊക്കെയോ പുലമ്പിക്കൊണ്ട് അവൾ മോങ്ങി. പിന്നെ അകത്തേക്ക് ഓടി. അതുകണ്ട ഡ്രൈവർക്ക് ചിരി.

"അനീഷ്, എന്താ നീ കാട്ടിയത്?"

സിറ്റൗട്ടിലിരുന്ന മുത്തച്ഛൻ ഏലിയാസ് ദേഷ്യത്തോടെ ചോദിച്ചു.

അനീഷ് ഗൗനിക്കാതെ അകത്തേക്കു പാഞ്ഞുപോയി. അവന്റെ കുസൃതിത്തരങ്ങൾ പലപ്പോഴും അതിർവിടുന്നതായി മുത്തച്ഛനു തോന്നാതിരുന്നില്ല.

മകന്റെ കുട്ടികൾ

ഇരട്ടകൾ.

തല തുവർത്തി ഡ്രസ് മാറി ഭക്ഷണം കഴിഞ്ഞ് അനിറ്റമോൾ മുത്തച്ഛന്റെ അരികെ വന്നു. പതിവുപോലെ, സണ്ടേ സ്കൂൾ രണ്ടാംക്ലാസിലെ പുസ്തകവുമായി.

"എന്താ മോളേ, ഇന്നെന്താ പഠിപ്പിച്ചത്...? ഏതു പാഠമാ...?" ഏലിയാസ് പേരക്കുട്ടിയോട് തിരക്കി.

"അപ്പച്ചാ, ഇന്ന് ഏഴാംപാഠമാ പഠിപ്പിച്ചത്. "അത്യുന്നതങ്ങളിൽ ദൈവത്തിനു സ്തുതി." അനിറ്റമോൾ തുടർന്നു. "ഈശോ ജനിച്ച സ്ഥലം ബേത്‌ലേഹേം... ബേത്‌ലെഹേമിനെപ്പറ്റി സാർ ഒരുപാട് കാര്യങ്ങൾ പഠിപ്പിച്ചു."

അനിറ്റമോൾ വാചാലയാകുന്നു.

"ബേത്‌ലെഹേമേ...! നീ എത്ര ഭാഗ്യവതി...! നിന്നെ വർണിക്കാൻ വാക്കുകൾ പോരാ...!" പഴയകാല വേദപാഠമാഷായ ഏലിയാസ് ഓർമ്മകളിൽ മുങ്ങിപ്പൊങ്ങി. ബേത്‌ലെഹേം

ഈശോയ്ക്കു പിള്ളത്തൊട്ടിലൊരുക്കിയ ബേത്‌ലെഹേം. ഉണ്ണീശോയ്ക്കു ജന്മമേകിയ ബേത്‌ലെഹേം. യൂദയായിലെ പുണ്യപട്ടണം. ഉണ്ണീശോയുടെ പിറവിയോടെ പ്രശസ്തിയുടെ കൊടുമുടി കണ്ട പട്ടണം!

ബേത്‌ലെഹേം ജറുസലേമിൽനിന്നും 10 കിലോമീറ്റർ തെക്കാണ്. നസ്രത്തിന് 11 കിലോമീറ്റർ വടക്കുപടിഞ്ഞാറും.

ലേവ്യരുടെ നഗരമായി ഇതറിയപ്പെടുന്നു. മഹാനായ ദാവീദ് രാജാവിന്റെ ജന്മസ്ഥലം കൂടിയാണിത്. അതുകൊണ്ട് ദാവീദിന്റെ നഗരം എന്നും അറിയപ്പെടുന്നു. ദാവീദിന്റെ പട്ടാഭിഷേകം ഇവിടെ വെച്ചായിരുന്നു.

ഈശോ ഇവിടെ ജനിക്കുമെന്നു മിക്കാ ദീർഘദർശി പ്രവചിച്ചു; നൂറ്റാണ്ടുകൾക്കുമുമ്പേ. പിന്നീട് റോമൻ ചക്രവർത്തിയുടെ കല്പനപ്രകാരം മറിയവും ഔസേപ്പും ജനസംഖ്യ കണക്കെടുപ്പിനു പേരുകൊടുക്കാൻ ഈ നഗരത്തിൽ എത്തി. ദാവീദിന്റെ നഗരത്തിൽ. അപ്പോഴാണ് ഈശോയുടെ ജനനം.

'ബേത്‌ലെഹേം എന്ന വാക്കിന്റെ അർത്ഥം മോൾക്കറിയാവോ?"

മുത്തച്ഛൻ ചോദിച്ചു.

അനിറ്റമോൾ അറിയില്ല എന്ന ഭാവത്തിൽ തലയാട്ടി. "അപ്പത്തിന്റെ വീട് എന്നാണ് അർത്ഥം."

"അനീഷ്മോനെ കണ്ടില്ലല്ലോ?"

മുത്തച്ഛൻ വീണ്ടും അകത്തേക്കു നോക്കി.

"ഇന്നിങ്ങോട്ട് വരില്യ... അനീഷിനെ സാറിന്നു ശരിക്കും കുടഞ്ഞു."

അനിറ്റമോൾ പറഞ്ഞു.

"അതെന്താ?"

"ആ ചുമട്ടുകാരൻ വർക്കിച്ചേട്ടന്റെ മോനില്ലേ, ജയിംസ്കുട്ടി. ജയിംസ്കുട്ടീടെ ഷർട്ട് കുത്തിക്കീറി. ഷർട്ടിന്റെ ഷോൾഡറേൽ ഒരു തുളയുണ്ടാരുന്നു. അതിൽ വിരലിട്ടു വലിച്ചു."

സ്നേഹമില്ലാത്ത പ്രവൃത്തികൾ. മറ്റുള്ളവർക്കു നൊമ്പരം ഉണ്ടാകുന്ന പ്രവൃത്തികൾ.

നമ്മുടെ മനസ്സിന്റെ ക്രിബ്ബിൽ പിറക്കേണ്ട. ഉണ്ണീശോയുടെ സ്നേഹം! അതു നഷ്ടപ്പെടുന്നു. ആ സ്നേഹം മാറ്റപ്പെടുന്നു. ഔസേപ്പും മറിയവും ഉണ്ണീശോയേയുംകൊണ്ട് രായ്ക്കുരാമാനം ഈജിപ്തിയിലേക്കു പലായനം ചെയ്തില്ലേ? അതുപോലെ.

മുത്തച്ഛൻ പേരക്കുട്ടികൾ രണ്ടുപേരെയും അടുത്തുവിളിച്ച് ഉപദേശിച്ചു. നാം ഉണ്ണീശോയുടെ സ്നേഹത്തിൽ വളരണം. മറ്റുള്ളവർ ആരായാലും ഏതുതരക്കാരായാലും നാം അവരെ പരിഗണിക്കണം. മനസ്സ് തുറന്നു സ്നേഹിക്കണം. ഈശോ സ്നേഹിച്ചതുപോലെ.

"അനീഷ്മോൻ ജയിംസ്കുട്ടിയോട് ചെയ്തത് തികച്ചും തെറ്റായിപ്പോയി. ഇനിയൊരിക്കലും ഇത്തരം പ്രവൃത്തികൾ ആവർത്തിച്ചുകൂടാ. ജയിംസ്കുട്ടിയോട് മാപ്പ് ചോദിക്കണം. ഉണ്ണീശോയോടു മാപ്പിരക്കണം. നല്ല മനസ്സുള്ളവരായി മാറണം. ഉണ്ണീശോയുടെ മനസ്സ് നമുക്കു തരാൻ പ്രാർത്ഥിക്കണം. എല്ലാവരും നമ്മേ കണ്ട് എത്ര നല്ല കുട്ടികൾ എന്നു പറയണം."

"ലോകത്തിന്റെ നാഥൻ എവിടെയാണ് പിറന്നത്?" മുത്തച്ഛൻ വാക്കുകൾ തുടർന്നു. "എളിയവയിൽ എളിയതായ ഒരിടം. ബേത്ലെഹേമിലെ പുൽത്തൊഴുത്തിൽ. ബേത്ലെഹേം പട്ടണത്തിൽ എത്ര നല്ല സ്ഥലങ്ങളുണ്ടായിരുന്നു. അവിടെങ്ങും പിറക്കാൻ ഉണ്ണീശോയ്ക്ക് ഇടയായില്ല. ഇടയായതോ, ഏറ്റം നീചമായി ഉപേക്ഷിക്കപ്പെട്ട ഒരിടത്ത്..."

പ്രസന്നമായ അതേ സായാഹ്നം.

മുത്തച്ഛൻ ഏലിയാസ് തന്റെ പേരക്കുട്ടികളെക്കൂട്ടി നടക്കാനിറങ്ങി. കൈനിറയെ സമ്മാനങ്ങളുമായി. കൂട്ടത്തിൽ ജയിംസ് കുട്ടിക്കുള്ള രണ്ടു ജോടി ഡ്രസ്സുമായി.

നൊമ്പരപ്പെടുത്തൽ ഏതു വിധമായാലും സ്നേഹത്തിനെതിരാണ്. കുട്ടികളുടെ ഇടയിലായാലും അതുതന്നെ സംഭവിക്കുന്നു.

അദ്ദേഹം പേരക്കുട്ടികളെ നല്ലവഴിക്കു കൈപിടിച്ചു നടത്തി. അനീഷ്മോനും അനിറ്റമോളും പുതിയൊരു ആകാശം കണ്ടു.

നക്ഷത്രങ്ങൾ മിഴിചിമ്മുന്ന ആകാശം!

സ്നേഹത്തിന്റെ ആകാശം!!

ദൈവത്തിന്റെ വഴി!!

■

താമാ അഥവാ ദിദിമൂസ്
എന്ന തോമ

ഭാരത ക്രൈസ്തവർക്കു തോമാശ്ലീഹാ ആത്മീയ പിതാവാണ്. അദ്ദേഹത്തെക്കുറിച്ചുള്ള ഓർമ്മകൾ ഭാരതത്തിലെ പുരാതന ക്രൈസ്തവരെ ഒന്നിച്ചുനിർത്തിയിരുന്നുവെന്നതു യാഥാർത്ഥ്യം.

ഈശോയുടെ പന്ത്രണ്ട് ശിഷ്യരിൽ ഒരാൾ (മത്താ: 10:3) തോമാ എന്നതു ഹീബ്രു പദമാണ്. ദിദിമൂസ് എന്ന പേര് ഗ്രീക്കു ഭാഷയിൽനിന്നുള്ളതും. രണ്ടിന്റേയും അർത്ഥം ഇരട്ട (ഇരട്ട പിറന്നവൻ) എന്നും.

തോമസ് അവിടെ വന്നപ്പോൾ മറ്റു ശിഷ്യന്മാർ അവനോട് പറഞ്ഞു:

"ഞങ്ങൾ കർത്താവിനെ കണ്ടു..."

പന്ത്രണ്ട് പേരിൽ ഒരുവനും ദിദീമോസ് എന്നു വിളിക്കപ്പെടുന്നവനുമായ തോമസ് ഉത്ഥിതനായ ഈശോ വന്നപ്പോൾ അവരോടുകൂടെ ഉണ്ടായിരുന്നില്ല. (യോഹ: 20:24).

സത്യത്തിൽ തോമസിനു കുണ്ഠിതം തോന്നി. സമ്മിശ്ര വിചാരങ്ങൾ അവനെ ഭരിച്ചു. നാഥൻ മരിച്ചിട്ട് ഉയിർത്തതാണ്. ആ കാഴ്ചയും വിശ്വാസവും സാധാരണമല്ല.

തോമസ് പറഞ്ഞു: "അവന്റെ കൈകളിൽ ആണികളുടെ പഴുതുകൾ ഞാൻ കാണുകയും അവയിൽ എന്റെ വിരൽ ഇടുകയും അവന്റെ പാർശ്വത്തിൽ എന്റെ കൈവയ്ക്കുകയും ചെയ്തല്ലാതെ ഞാൻ വിശ്വസിക്കുകയില്ല.

എട്ടു ദിവസങ്ങൾക്കുശേഷം വീണ്ടും അവന്റെ ശിഷ്യന്മാർ വീട്ടിലായിരുന്നപ്പോൾ തോമസും അവരോടുകൂടെയുണ്ടായിരുന്നു. വാതിലുകൾ അടച്ചിരുന്നു. ഈശോ വന്ന് അവരുടെ മധ്യേ നിന്നുകൊണ്ടു പറഞ്ഞു: നിന്റെ വിരൽ ഇവിടെ കൊണ്ടുവരിക. എന്റെ കൈകൾ കാണുക. നിന്റെ കൈ നീട്ടി എന്റെ പാർശ്വത്തിൽ വയ്ക്കുക. അവിശ്വാസിയാകാതെ വിശ്വാസിയായിരിക്കുക. ഈശോ അവനോടു പറഞ്ഞു: നീ എന്നെ കണ്ടതുകൊണ്ട് വിശ്വസിച്ചു. കാണാതെതന്നെ വിശ്വസിക്കുന്നവർ ഭാഗ്യവാന്മാർ...” (യോഹ 20: 25-29)

ദൈവസാന്നിധ്യം നിറമനസ്സോടെ അനുഭവിച്ചറിഞ്ഞ ക്രിസ്തുശിഷ്യന്റെ ജീവിതരംഗമാണ് നാമിവിടെ കാണുന്നത്.

ഗുരുവിന്റെ സഹനത്തിന്റെ വഴി ആ ശിഷ്യൻ കണ്ടെത്തി ഉത്ഥാനത്തിലൂടെ വിജയശ്രീലാളിതനാകുന്ന ദൈവപുത്രന്റെ വഴിത്താര! സംശയങ്ങളൊക്കെ നീക്കി വിശ്വാസം അതിന്റെ പൂർണതയിൽ ദൃഢീകരിച്ച രംഗം.

“എന്റെ കർത്താവേ എന്റെ ദൈവമേ...! പ്രിയശിഷ്യന്റെ ആത്മാവിൽനിന്നും ഉതിർന്നുവീണ നിലവിളി!

ആ നിലവിളി ഇന്നിപ്പോൾ ലോകമെങ്ങും വിശിഷ്യാ ഭാരത ക്രൈസ്തവന്റെ മനസ്സിൽ തട്ടുന്ന സുകൃതജപമാകുന്നു.

“എന്റെ കർത്താവേ! എന്റെ ദൈവമേ.”

ഉത്ഥിതനായ ദൈവപുത്രന്റെ മുറിവുകളിൽ തൊട്ടറിഞ്ഞ് പുളകമണിഞ്ഞ ശിഷ്യന്റെ വിശ്വാസപ്രഖ്യാപനം!

ലോകംമുട്ടേ ഉയർന്ന പ്രഖ്യാപനം!

ആ പ്രഖ്യാപനത്തോടെ തോമസിന്റെ വിശ്വാസം ഉദാത്ത മേഖല കണ്ടു. അദ്ദേഹത്തിന്റെ ആത്മാവ് ഉയർന്ന തലങ്ങളിലേക്കു പൂകി. അദ്ദേഹത്തിന്റെ മനസ്സ് സ്വർഗ്ഗത്തോളം പറപറന്നു.

ആ സുവർണമുഹൂർത്തത്തിൽ തോമസിന്റെ ശരീരവും നവമായൊരു പരിവേഷം ചൂടി. ഒത്ത ഉയരമുള്ള ആരോഗ്യദൃഢഗാത്രനും സുമുഖനുമായ തോമസിനു വലതുകൈക്ക് ചെറുതായൊരു വൈകല്യമുണ്ടായിരുന്നു. ചൂണ്ടുവിരലും നടുവിരലും

ചേർന്നിരിക്കുന്ന വളരെ ചെറുതായൊരു പിശക്. അതുകൊണ്ട് അദ്ദേഹത്തിന്റെ പ്രവൃത്തികൾക്ക് യാതൊരു ബുദ്ധിമുട്ടും ഉണ്ടായിരുന്നില്ല.

എന്നാലും പിശക് പിശകു തന്നെയാണല്ലോ. കർത്താവിന്റെ നിർദ്ദേശപ്രകാരം ആ തിരുവിലാവിൽ വിരൽതൊട്ട സൗഭാഗ്യ നിമിഷത്തിൽ അത് സുഖപ്പെട്ടു. വിരലിന്റെ വൈകല്യം പെട്ടെന്ന് അപ്രത്യക്ഷമായി.

ആ സുഖപ്പെടലും അനുഭവവേദ്യമായതോടെ തോമസാകെ കോരിത്തരിച്ചുപോയി. ആനന്ദബാഷ്പമണിഞ്ഞുപോയി. കർത്താവിനോടുള്ള അദ്ദേഹത്തിന്റെ വിശ്വാസവും സ്നേഹവും ആദരവും ഭക്തിയുമൊക്കെ പ്രപഞ്ചത്തോളം വളർന്നു.

പുതിയൊരു തോമസായി, കൂടുതൽ പരിവേഷമാർന്ന ഒരു ദിദിമോസായി അദ്ദേഹം മാറുകയായിരുന്നു.

തോമസിന്റെ വിരലുകളുടെ കഥ പണ്ടു മുതലേ പറഞ്ഞു കേട്ടറിവുള്ളതാണെന്നോർക്കുക. അതായത് ഐതിഹ്യം.

ആദർശ വിശ്വാസപ്രഖ്യാപനം നടത്തി ലോകശ്രദ്ധ നേടിയ ശ്രേഷ്ഠനായ ശിഷ്യൻ! വിശ്വാസ ശാസ്ത്രത്തിന്റെ കൊടുമുടി കയറിയ ശിഷ്യൻ!

ഈശോയോടുള്ള വിശ്വാസത്തിനും സ്നേഹത്തിനും സുവർണസോപാനങ്ങൾ പണിഞ്ഞ് ആ വഴി നടന്നു കയറിയ ശിഷ്യൻ!

മിശിഹായുടെ ഊർജ്ജസ്വലനായ ശിഷ്യൻ! ചരിത്രത്തിൽ തോമസ് അറിയപ്പെടുന്നതെങ്ങനെയാണ്.

തോമ്മാ കുടുംബപ്പേര് (Surname). പത്രോസിന്റെ പേര് പോലെ.

'തോമ്മായുടെ നടപടികൾ' എന്ന അപ്രാമാണിക ഗ്രന്ഥത്തിൽ 'യൂദാ തോമാ' എന്നു വിളിക്കുന്നുണ്ട്. എവുസേബിയൂസും പുരാതന സുറിയാനി രേഖകളും അതു സാധൂകരിക്കുന്നു. തോമ്മായുടെ പേര് ശരിക്കും യൂദാ തോമ്മാ എന്നാകണം. പേരിലും സംശയങ്ങൾ ബാക്കി.

ശ്ലീഹായെപ്പറ്റി ചില സാധാരണക്കാർ, അദ്ദേഹത്തെപ്പറ്റി ശരിക്കും പഠിക്കാത്തവർ ഒരു അവിശ്വാസിയായി സംശയക്കാരനായി അഭിപ്രായപ്പെടാറുണ്ട്. അതു ശരിയല്ല. അദ്ദേഹത്തിന്റെ സ്വഭാവം ശരിക്കും മനസ്സിലാക്കിയാൽ അതൊരു മുൻവിധിയാണെന്നു കാണാം. ഊർജ്ജ്വസ്വലനായ ശ്ലീഹായെപ്പറ്റി അങ്ങനെ ഒരു മുൻവിധി പാടില്ല.

ഈശോ പ്രത്യേകം ഗണിച്ചിരുന്ന ശിഷ്യനാണ് തോമസ്. പ്രത്യേക ദൗത്യവാഹകനാണ്. പ്രേഷിത പ്രവർത്തനങ്ങളിൽ എന്നും മുന്നിൽ നിന്നിട്ടുള്ള മഹത്വ്യക്തിയാണ്. ഈശോയ്ക്കുവേണ്ടി പന്ത്രണ്ടു ശിഷ്യന്മാരിൽ പലരേയുംപോലെ ഒത്തിരി ഒത്തിരി സഹിച്ചിട്ടുള്ള പുണ്യാത്മാവാണ്. നമുക്ക് ഈശോയെ അറിയാൻ, അവിടുത്തെ സത്യത്തിന്റെയും നീതിയുടെയും പാത പുണരാൻ ദൈവം കനിഞ്ഞു നൽകിയ നിധിയാണ്. ഭാരതത്തിന്റെ പ്രിയപ്പെട്ട അപ്പസ്തോലനാണ്.

ടൂറിനിലെ വിശുദ്ധ മാക്സിന്റെ ചിന്തോദീപകമായ വാക്കുകൾ ഇവിടിപ്പോൾ ശ്രദ്ധേയമാണ്.

"...മിശിഹായുടെ മുറിവുകൾ പരിശോധിച്ച് അതിൽ സ്പർശിച്ച് അവിടുത്തേക്ക് ഉയിർപ്പിനുശേഷവും യഥാർത്ഥ ശരീരമുണ്ടെന്നു സാക്ഷ്യപ്പെടുത്തിയവനാണ് തോമ്മാ. അവന്റെ ദർസനവും സ്പർശനവും മുഖാന്തരം വിശ്വാസത്തിന്റെ എല്ലാമാനങ്ങളിലേക്കും നമ്മേ ഉയർത്താനും വിശ്വാസത്തിന്റെ ആഴങ്ങളിൽ കൊണ്ടുപോയി അരക്കിട്ടുറപ്പിക്കാനും സാധിച്ചു.

ഈശോയോടുള്ള വിശ്വാസത്തിന്റെയും സ്നേഹത്തിന്റെയും ബഹുമുഖതലങ്ങൾ ഇത്രമേൽ ഗംഭീരമായി ബോദ്ധ്യപ്പെടുത്തി തന്നിട്ടുള്ളത് മറ്റാരാണ്?

■

വിസ്മയഭാവങ്ങളുടെ റബേക്ക

ബത്തുവേലിന്റെ മകളാണ് റബേക്ക (ഉത്പ. 24:15). ഇവൾ ഇസഹാക്കിന്റെ ഭാര്യയും ഏസാവിന്റെയും യാക്കോബിന്റെയും അമ്മയുമാണ്.

ആരാണ് ബത്തുവേൽ? പൂർവ്വപിതാവായ അബ്രാഹത്തിന്റെ സഹോദരൻ നാഹോറിനു ഭാര്യ മിൽക്കായിലുണ്ടായ മകനാണ് ബത്തുവേൽ.

റബേക്ക (Rebekah) എന്ന പേരിന്റെ അർത്ഥം കുരുക്ക് (Noose) എന്നാണ്. റബേക്ക് അതിസുന്ദരിയായിരുന്നു. (ഉത്പ. 24:16). പുതിയ നിയമത്തിൽ റോമ. 9:10ൽ മാത്രമേ അവളുടെ പേരു കാണുന്നുള്ളൂ. ഉത്സാഹശീലയും ആകർഷണീയസ്വഭാവമുള്ളവളും സ്നേഹവതിയുമാണവൾ.

മോറിയാ മലയിലെ യാഗവേദിയിലേക്ക് സ്വപുത്രനായ ഇസഹാക്കിനെ കൂട്ടിക്കൊണ്ടുപോകുന്ന അബ്രാഹമിന്റെ ചിത്രം സുവിദിതമാണല്ലോ. അബ്രാഹത്തിനു പ്രായമായി. ഇസഹാക്കിനെ എത്രയുംവേഗം കല്യാണം കഴിപ്പിക്കുന്നതിന് അദ്ദേഹം തീരുമാനിച്ചു. അതിനായി തന്റെ വിശ്വസ്തദാസനായ ഏലിയാസിനെ അദ്ദേഹം ചുമതലപ്പെടുത്തി. ഒരൊറ്റ വ്യവസ്ഥ മാത്രം. അബ്രാഹത്തിന്റെ ചാർച്ചക്കാരിൽനിന്നു മാത്രമേ ഇസഹാക്കിനു പെണ്ണിനെ കണ്ടുപിടിക്കാവൂ. വംശശുദ്ധിയേക്കാൾ വിശ്വാസംരക്ഷണംതന്നെ അതിപ്രധാനം. പത്ത് ഒട്ടകങ്ങളുടെ പുറത്ത് ഒട്ടേറെ സാധനങ്ങളും പൊന്നും വെള്ളിയുമൊക്കെയായിട്ടാണ്. ഏലിയാസർദു യാത്രതിരിക്കുന്നത്.

സൽഗുണസമ്പന്നയായ റബേക്ക തോഴിയോടൊപ്പം ഇസഹാക്കിന്റെ അടുത്തെത്തി. അവൻ അമ്മയായ സാറയുടെ അനുഗ്രഹത്തോടെ റബേക്കയെ വിവാഹം ചെയ്തു. അവർക്കു രണ്ടു മക്കളുണ്ടായി. ഏസാവും യാക്കോബും. നായാട്ടിലും കൃഷിയിലും സമർത്ഥനായ ഏസാവിനെ ഇസഹാക്ക് വളരെയേറെ ഇഷ്ടപ്പെട്ടു. പൊതുവെ ശാന്തപ്രകൃതക്കാരനായ യാക്കോബിനോടായിരുന്നു അമ്മയ്ക്ക് ഇഷ്ടം.

ഒരിക്കൽ യാക്കോബ് തയ്യാറാക്കിയ ഒരു പാത്രം പായസത്തിനു പകരമായി ഏസാവ് തന്റെ കടിഞ്ഞൂലവകാശം യാക്കോബിനു വിട്ടുകൊടുത്തു. ഒരു മനുഷ്യന് അവകാശപ്പെടാവുന്ന ശ്രേഷ്ഠമായ കടിഞ്ഞൂലവകാശം. പാരമ്പര്യം തലമുറകൾക്കു കൈമാറാനുള്ള വ്യക്തിയാണ് കടിഞ്ഞൂൽപുത്രൻ. ആ യോഗ്യത നഷ്ടപ്പെടുത്തിയിരിക്കുകയാണ് ഏസാവ്. എന്നിട്ടും അബ്രാഹത്തിൽനിന്നു ലഭിച്ച ദൈവാനുഗ്രഹം ഏസാവിനുതന്നെ നൽകണമെന്നും ഇസഹാക്ക് ആഗ്രഹിച്ചു. പക്ഷേ, റബേക്കയുടെ ആഗ്രഹം മറിച്ചായിരുന്നു. അവിടെയാണ് റബേക്കയെ ശരിക്കും വിസ്മയഭാവക്കാരിയായി കാണുന്നത്.

പിതാവിന്റെ ഇഷ്ടപ്രകാരം കാട്ടിറച്ചി തേടി ഏസാവ് വയലിലേക്കു പോയപ്പോൾ റബേക്കയുടെ സ്വഭാവം വിസ്മയകരമായി. കാഴ്ചശക്തി കുറഞ്ഞ ഇസഹാക്കിൽനിന്നും അനുഗ്രഹം വാങ്ങി രണ്ടാമത്തെ മകനു നൽകുന്നു. വഞ്ചനയുടെ മാർഗ്ഗത്തിലൂടെ.

യാക്കോബിന്റെ ചതി തിരിച്ചറിഞ്ഞപ്പോൾ ഏസാവ് യാക്കോബിനെ വെറുത്തു. അവനോടു പ്രതികാരം ചെയ്യാനും പദ്ധതിയിട്ടു. സഹോദരന്മാർ തമ്മിൽ ഗർഭത്തിൽവെച്ചേ തുടങ്ങിയ മൽപ്പിടുത്തം ഒടുങ്ങാത്ത ശത്രുതയിൽ അവസാനിച്ചു. അമ്മയ്ക്കുണ്ടായിരുന്നു അതിൽ നല്ലൊരു പങ്കാളിത്തം. ജ്യേഷ്ഠൻ അനുജനെ കൊല്ലുമോ എന്നും അമ്മ ഭയന്നു. മൂത്തമകനെ വഞ്ചിച്ചതിൽ അമ്മ നീറുന്നുണ്ട്.

അനന്തര പ്രശ്നങ്ങളിൽനിന്നും രക്ഷപ്പെടാൻ റബേക്ക വളരെ വിഷമിക്കുകയാണ്. തന്റെ സഹോദരനായ ലാബാന്റെ ദേശമായ

ഹാരാനിലേക്ക് ഓടി രക്ഷപ്പെടാൻ റബേക്ക യാക്കോബിനോട് ആവശ്യപ്പെട്ടു. "ജ്യേഷ്ഠന്റെ കോപം തീരുംവരെ അവിടെ കഴിയുക." അവൾ മകനെ ഉപദേശിച്ചു. അവൾ ചെയ്ത തെറ്റിന് തന്നത്താൻ ശിക്ഷയനുഭവിക്കുന്നു. ഇഷ്ടംകൂടിയ മകനെ പിന്നീടവൾക്കു കാണാനാവുന്നില്ല. ഏസാവിന്റെ ഭാര്യ മൂലവും അവൾക്കു ബുദ്ധിമുട്ടാവുന്നുണ്ട്.

റബേക്ക മരിച്ചപ്പോൾ മാമ്രേക്ക് കിഴക്ക് കാനാൻ ദേശത്തുള്ള മക്പെലായിൽ വയലിലെ ഗുഹയിൽ അടക്കം ചെയ്തു.

ദൈവം ആരുടെയും മഹത്ത്വം നോക്കിയല്ല വിളിക്കുന്നത്. അവന് ഇഷ്ടമുള്ളവരെ അവന്റെ പദ്ധതിയിൽ പങ്കുചേരുന്നതിലേക്കായി വിളിക്കുന്നു. നന്മയും തിന്മയും ദൈവം തന്റെ രക്ഷാകരപദ്ധതി പൂർത്തീകരിക്കാൻ വിസ്മയകരമായ ഉപകരണമാക്കുന്നുവെന്ന് റബേക്കായുടെ ജീവിതം മനസ്സിലാക്കിത്തരുന്നു. ■

സാന്താക്ലോസ്

ഒമ്പതാംക്ലാസിലെ വിശ്വാസപരിശീലന പാഠാവലിയിൽ സൗഖ്യ ദായകകൂദാശകൾ എന്ന പതിനൊന്നാം പാഠത്തിൽ അനു രഞ്ജനകൂദാശ എന്ന പാഠഭാഗത്തിനു സഹായകരമാകുമാറ് ഒരു ഗുണപാഠകഥ. കഥ

എങ്ങും നക്ഷത്രവിളക്കുകൾ കണ്ണുചിമ്മി നിൽക്കുന്നു. ക്രിബ്ബുകൾ ഒരുങ്ങിക്കഴിഞ്ഞു. ക്രിസ്മസ് ട്രീകൾ വർണ്ണാഭ മാകുന്നു. എവിടെയും ക്രിസ്തുമസിന്റെ വർണ്ണപ്പകിട്ട്:

ക്രിസ്തുമസ് ഈവിന്റെ നിറപ്പകിട്ട്:

ലോകരക്ഷകനായ ഉണ്ണിയെ വരവേൽക്കാൻ ഒരുങ്ങുന്ന ലോകം!

പുറമോടിയുടെ ഒരുക്കം മാത്രം പോരാ. മനസ്സുകൊണ്ടൊരു ങ്ങണം.

റീത്താമ്മ പള്ളിയിൽ പോയി കുമ്പസാരിച്ചുവന്നു. അപ്പോഴും മോൻ ടി.വിയുടെ മുന്നിലാണ്, റിമോട്ടുമായി. എത്ര പറഞ്ഞിട്ടും അവൻ പള്ളിയിൽ പോകാൻ കൂട്ടാക്കുന്നില്ല. അല്ലെങ്കിൽതന്നെ അവനു മുരട്ടുസ്വഭാവമാണ്. ഞായറാഴ്ചകൂടി പള്ളിയിൽ പോക ണമെന്നില്ല. കുമ്പസാരിച്ചിട്ടെത്ര കാലമായോ? ആദ്യകുർബ്ബാന യ്ക്കുശേഷം അവൻ എത്രതവണ കുമ്പസാരിച്ചുകാണും. വിരലു കളിലൊതുക്കാം.

എത്ര ആർഭാടമായിട്ടാണ് ജിമ്മിയുടെ ആദ്യകുർബാന നടത്തിയത്. സൗത്താഫ്രിക്കയിൽ ജനിച്ച മോനെ പതിനൊന്നാം

വയസ്സിൽ നാട്ടിൽവച്ച് ആദ്യകുർബാന സ്വീകരണം ഇടവകപ്പള്ളിയിൽവച്ചു പൊടിപൂരമാക്കി. നാടൊട്ടുക്ക് ക്ഷണിച്ച് കേമമായ സദ്യ, വീഡിയോ. ആകെക്കൂടിയുള്ള മോന്റെ ചടങ്ങ് അങ്ങേയറ്റം മോടിയാകണമെന്ന് കോശിക്ക് നിർബന്ധമായിരുന്നു.

"മോനേ, സന്ധ്യയായി... പള്ളിയിൽ പോയിട്ടു വാ... കുമ്പസാരിച്ചു. പ്രാർത്ഥിച്ചു വാ..."

റീത്താമ്മ ഉപദേശിച്ചു. എവിടെ കേൾക്കാൻ? മുറുമുറുപ്പു മാത്രം. ടി.വി. ചാനലുകൾ മാറിമറിഞ്ഞുകൊണ്ടിരുന്നു. മോനെന്തുപറ്റി? എന്തിനും ദേഷ്യം. കൂട്ടുകാർ ഉണ്ടാക്കിയ കുഴപ്പമാണോ? അതോ പുസ്തകങ്ങൾ സമ്മാനിച്ച പ്രശ്നമാണോ? എന്തിനും നെഗറ്റീവ് മൂഡ്. അമ്മേ... നേർവഴി കാട്ടേണമെ...

റീത്താമ്മ നിത്യസഹായമാതാവിന്റെ മുന്നിൽ ദീപം തെളിയിച്ചു. മനസ്സ് മാതാവിന്റെ പാദങ്ങളിൽ സമർപ്പിച്ചു. പ്രാർത്ഥിച്ചു.

"അമ്മേ... കാരുണ്യമാതേ... സഹായിക്കേണമേ..."

മോന് ആണ്ടകുമ്പസാരം പോലുമില്ലെന്നായിരിക്കുന്നു! അനുരഞ്ജനകൂദാശയെപ്പറ്റി അവന് അറിവില്ലാഞ്ഞിട്ടാണോ? കുമ്പസാരത്തെപ്പറ്റി അവനിൽ മിഥ്യധാരണ കടന്നുകൂടിയിട്ടാണോ?

പിതാവായ ദൈവത്തിനു പാപികളായ നമ്മോടുള്ള അനന്തമായ സ്നേഹവും കാരുണ്യവും നാം അനുഭവിച്ചറിയുന്ന കൂദാശയാണ് അനുരഞ്ജനകൂദാശ. പാപങ്ങളിൽനിന്നും മോചനവും വീണ്ടും പാപം ചെയ്യാതിരിക്കാനാവശ്യമായ ശക്തിയും നൽകി ദൈവത്തോടും സഹോദരരോടും നമ്മെ രമ്യപ്പെടുത്തുന്ന കൂദാശയാണിത്.

പാപം വഴി ദൈവവും മനുഷ്യനുമായുള്ള പിതൃപുത്രബന്ധം ഉലയുന്നു. സഹോദരങ്ങളോടുള്ള ബന്ധം ശിഥിലമാക്കുന്നു. തന്നോടുതന്നെയുള്ള ബന്ധവും പ്രപഞ്ചത്തോടുള്ള ബന്ധവും വികലമാകുന്നു. ഇങ്ങനെ നാലുതലങ്ങളിലും തകരുന്ന ബന്ധം അനുരഞ്ജന കൂദാശയിലൂടെ പുനസ്ഥാപിക്കാൻ കഴിയുന്നു.

മനസ്സും ആത്മാവും വെടിപ്പായി പുതുജീവൻ ആർജ്ജിക്കുന്ന പ്രക്രിയ. ഇക്കാര്യങ്ങളൊക്കെ എത്രതവണ ഉപദേശിച്ചു കൊടുത്തിരിക്കുന്നു. ഗ്രഹിക്കുവാനുള്ള സൻമനസ്സ് എങ്ങനെ നഷ്ടപ്പെട്ടു?

ഓർക്കുകവയ്യാ.

കണ്ണീർ മിഴികളെ മറയ്ക്കുന്നു.

പെട്ടെന്നു ബൈക്കിന്റെ ശബ്ദം കേട്ട് റീത്താമ്മ പോർച്ചിലേക്ക് ഓടിച്ചെന്നു.

“മോനേ, നീ എങ്ങോട്ടു പോണു?”

മറുപടിയുണ്ടായില്ല.

അവൻ പറന്നുപോയി.

റീത്താമ്മയുടെ മനസ്സ് കിടുങ്ങി.

കണ്ണുകൾ പൊട്ടിയൊഴുകി.

“അവൻ എങ്ങോട്ടാണ് പോയത്?”

“റീത്താമ്മ നിത്യസഹായമാതാവിന്റെ രൂപത്തിനുമുന്നിൽ വീണുകേണു.

“അമ്മേ... മോനു നേർബുദ്ധി നൽകണേ...”

നക്ഷത്രങ്ങൾ മിന്നിനിൽക്കുന്ന രാത്രി!

നിലാവ് പെയ്യുന്ന രാത്രി!

സ്വപ്നങ്ങൾ വിടരുന്ന രാത്രി!

ക്രിസ്തുമസ് ഈവിന്റെ വർണ്ണങ്ങൾ സ്വർഗപ്രഭ തൂവുന്ന രാത്രി.

നേരം കടന്നുപോയതറിഞ്ഞില്ല. മോനെവിടെ? ക്രിസ്മസ് കരോളുകൾ കൊട്ടും പാട്ടുമായി തെരുവിലിറങ്ങിത്തുടങ്ങി. മോനെവിടെ? അമ്മയുടെ ഉൽക്കണ്ഠ ഉയർന്നു:

മഞ്ഞ് പെയ്യുന്ന രാത്രിയിൽ അമ്മ മകനെ കാത്തിരുന്നു.

പടിവാതിൽക്കൽ, എല്ലാ ഉദ്വേഗങ്ങളും മറന്ന്...

പ്രാർത്ഥനകളുമായി മനമുരുകി.

ഒരു വാക്കു പറഞ്ഞിട്ടു പോയിക്കൂടേ?

ഉച്ചവെയിലിലെ മഞ്ഞുകട്ടപോലെ ഈ പാവം അമ്മയുടെ മനസ്സുരുകട്ടെ. അല്ലേ..?

നുള്ളി നോവിക്കാതെ വളർത്തുന്നതിന്റെ ഫലമാണോ? വാത്സല്യവും സ്നേഹവും കൂടിപ്പോകുന്നതിന്റെ കുഴപ്പമാണോ?

ഇനിയെത്ര നാഴികകൾ...

പാതിരാ കുർബ്ബാനയ്ക്കും ആളുകൾ പോയിത്തുടങ്ങി.

ജിമ്മി ഇനിയും വന്നില്ല.

നനഞ്ഞ കണ്ണുകളുമായി അമ്മ വാതുക്കൽത്തന്നെയിരുന്നു.

അമ്മയുടെ സങ്കടങ്ങളെ മുക്കിത്താഴ്ത്തിക്കൊണ്ട് കരോൾ സംഘം ഗേറ്റ് കടന്നുവന്നു. കൊട്ടും പാട്ടുമായി.

സ്വർഗീയസംഗീതത്തിന്റെ ഈണം!

മാലാഖമാർ പാടുമ്പോലെ! വാദ്യഘോഷങ്ങളും അമ്മാതിരി!

റീത്താമ്മ കൈയിൽ കിട്ടിയ നോട്ടുനൽകി അവരെ പറഞ്ഞയയ്ക്കാൻ നോക്കി സാന്താക്ലോസും ഡാൻസിൽത്തന്നെ മനസ്സ് നേരെ നിൽക്കുന്നില്ല.

മോനെവിടെ?

മനസ്സിന്റെ താളം ഒരേ ചോദ്യം മാത്രം.

ആരോടു ചോദിക്കാൻ.

എന്നാലും പണം വാങ്ങിയ പയ്യനോടു തിരക്കി:

"ജിജോമോനെ, ജിമ്മിമോനെ കണ്ടുവോ?" അപ്പോഴേക്കും സാന്താക്ലോസ് റീത്താമ്മയുടെ അരികിലേക്കു ചെന്നു മന്ത്രിച്ചു.

"മമ്മീ... ഞാൻ കുമ്പസാരിച്ചു വരുന്ന വഴിക്കു കൂട്ടുകാരൊക്കെക്കൂടി എന്നെ പിടികൂടി." തുടർന്നു ജിമ്മി മമ്മിയെ അറിയിച്ചു. "മമ്മീടെ ഇന്നലത്തെ ഉപദേശവും പ്രാർത്ഥനകളും കേട്ടതോടെ എന്റെ മനസ്സ് മാറിപ്പോയി... മമ്മി എന്നോടു ക്ഷമിക്കണം..."

സാന്താക്ലോസിന്റെ മുഖംമൂടിയിലേക്കു നോക്കി റീത്താമ്മ അന്തം വിട്ടു നിന്നു.

ഒട്ടുനേരം!

പ്രാർത്ഥനയുടെ അദ്ഭുതശക്തി!!

നന്മയുടെ ജ്ഞാനം ചൊരിയുന്ന വിശ്വാസപരിശീലന ടെക്സ്റ്റിന്റെ വരമൊഴികളുടെ ശക്തി!!

ബലൂണുകൾ പറക്കുന്ന സാന്താക്ലോസിന്റെ കൂമ്പൻ തൊപ്പിയും തിളക്കമാർന്ന ചുവന്ന നീണ്ട അങ്കിയും പഞ്ഞിക്കെട്ടു താടിയും വർണ്ണപകിട്ടുള്ള വടിയും ഭീമാകാരമായി മുറ്റം നിറഞ്ഞുനിന്നു. ■

ഹതഭാഗ്യയായ ദീന

സ്ത്രീത്വം അപമാനിക്കപ്പെടുക. ഒരു യുവതി അമൂല്യമായി കരുതിയിരുന്നത് കളങ്കപ്പെടുക. അതിന്റെ പേരിൽ ഉരുത്തിരിയുന്ന കലഹങ്ങൾ. ആ കലഹങ്ങൾ സൃഷ്ടിക്കുന്ന കഥയാണ് ദീന(Dinah)യുടേത്. (ഉത്പ. 34, 1-31). ദീന പൂർവ്വപിതാവായ യാക്കോബിന്റെ ഏകമകളാണ്. ആ മകൾക്കുണ്ടാകുന്ന അനുഭവദോഷം അദ്ദേഹത്തിനു താങ്ങാവുന്നതിലപ്പുറമായിരുന്നു.

കാനാൻദേശത്തുള്ള ശാലോം പട്ടണത്തിൽ വെച്ച് അവിടുത്തെ പ്രഭുവായ ഹാമോറിന്റെ മകൻ ഷെക്കെം ആണ് വില്ലൻ. അവനാകട്ടെ ദിനയെ ഒരുനാൾ ബലാത്സംഗം ചെയ്തു.

ഷെക്കെമിനു ദീനയെ വലിയ ഇഷ്ടമായിരുന്നു. അവളെ ഭാര്യയാക്കാൻ അവൻ ആഗ്രഹിച്ചു. അവനാ ആഗ്രഹം പിതാവിനെ അറിയിച്ചു.

ഹാമോറാകട്ടെ വിവാഹാഭ്യർത്ഥനയുമായി യാക്കോബിനെ സന്ദർശിച്ചു. യാക്കോബിന്റെ പുത്രന്മാർ സഹോദരിയുടെ ദുര്യോഗത്തിൽ അത്യധികം കോപിഷ്ഠരായിരുന്നു.

ഇസ്രായേൽകാരെപ്പോലെ പരിഛേദനം ചെയ്യുമെങ്കിൽ പരസ്പരം വിവാഹബന്ധത്തിലേർപ്പെടാം. യാക്കോബിന്റെ മക്കളുടെ നിബന്ധന ഷെക്കെം സ്വീകരിച്ചു. അവന് അത്രയധികം ദീനയെ ഇഷ്ടമായിരുന്നു.

ശാലേമിലെ പുരുഷന്മാരെല്ലാം ഷെക്കെമിന്റെ നിർദ്ദേശപ്രകാരം പരിച്ഛേദനത്തിനു തയ്യാറായി. ദീന ഷെക്കെമിന്റെ വീട്ടിൽ തടവിലായിരുന്നു. എന്നാൽ തുടർന്ന് അനിഷ്ടസംഭവങ്ങൾ നടമാടി. ചതിക്കു ചതി നടന്നു.

യാക്കോബിന്റെ മക്കളായ ശിമയോനും ലേവിയും വാളുമായി പട്ടണത്തിൽ കടന്നു. അപ്രതീക്ഷിതമായി പലതും സംഭവിച്ചു. നടക്കാൻ പാടില്ലാത്തതൊക്കെ നടന്നു. നഗരത്തിലെ പുരുഷന്മാരെയൊക്കെ കൊന്നൊടുക്കി. നഗരം കൊള്ളയടിച്ചു. ദീനയെ തടങ്കലിൽനിന്നും മോചിപ്പിച്ചതാണ് ഏറ്റവും വലിയ കാര്യം.

ദീനയുടെ മനോരഥം എന്തെന്നു വ്യക്തമല്ല. എന്നാലും ഒരു വസ്തുത സുവിദിതമാണ്. സ്ത്രീസൗന്ദര്യവും പുരുഷന്റെ കാമാസക്തിയും അന്നും ഇന്നും ഒരുപാട് പ്രശ്നങ്ങൾ സൃഷ്ടിക്കുന്നു. ദൈനംദിന സംഭവവികാസങ്ങൾ നമ്മുടെ മനഃസാക്ഷിയുടെ മിഴികൾ തുറപ്പിക്കേണ്ടതാണ്.

സ്ത്രീയുടെ മാനം കാക്കാൻ പലപ്പോഴും അവൾ പ്രാപ്തയല്ലാതാകുന്നു! സ്ത്രീയുടെ മൗനം കാക്കേണ്ടത് പ്രധാനമായും അവളാണെങ്കിലും മാതാപിതാക്കളും വീട്ടുകാരും സൊസൈറ്റി തന്നെയും അവരവരുടെ അനിവാര്യമാകുന്ന റോൾ മറന്നുകൂടാ.

ദീനയുടെ കഥ അതൊക്കെത്തന്നെയാണ് നമ്മെ ഓർമ്മിപ്പിക്കുന്നത്. ■

ഒരു ഒലിവിലയുടെ കഥ

ഇസ്രായേലിൽ സംഭവിച്ച കഥയാണിത്. ഇസ്രായേൽ എന്ന രാജ്യത്ത് ജെറുസലേമിൽ ഒരു ഒലിവ് മരത്തോട്ടമുണ്ടായിരുന്നു. നോക്കൂ! ആ തോട്ടത്തിനു നടുവിലൊരു ഒലിവുമരം ഇമ്മിണി ഉയരംകൂടിയ ഒലിവുമരം എപ്പോഴും പച്ച കെടാതെ നിൽക്കുന്ന ഒലിവ്. പൂക്കൾ കുലയായി കിടക്കുന്നു. ഞാവൽപഴംപോലത്തെ പഴങ്ങളുണ്ടാകാൻ കാത്തുകിടക്കുന്ന പൂക്കൾ.

ആ മരത്തിന് യജമാനൻ ഇട്ട പേര് എന്തെന്നോ. സീലോ. അതിന്റെ ഏറ്റവും അഗ്രത്തിലൊരു സുന്ദരിയായ ഇലയുണ്ടായിരുന്നു. അവളുടെ പേരാണ് മൈറ. മൈറ അഹങ്കാരത്തിന്റെ ഇല രൂപമായിരുന്നു. മൈറയുടെ ഭാവം കണ്ടാൽ പലസ്തീനായിലും ഇറ്റലിയുടെ ഉൾനാടുകളിലുമുള്ള സർവ്വഒലിവിലകളേക്കാൾ സുന്ദരി താനാണെന്നാ വിചാരം. താനുൾപ്പെടുന്ന എണ്ണ കൊണ്ടാണ് ജറുസലേം ദൈവാലയത്തിന്റെ ദീപങ്ങൾ അത്രയും തെളിയുന്നതെന്നൊരു അഹംഭാവം!! തീർന്നില്ല, ഒരു പഴുത്തില വീണാൽ ഒരു ഉണങ്ങിയ ഇല വീണാൽ മൈറ കൈകൊട്ടി ചിരിക്കും. തനിക്കും ഒരുകാലത്ത് അതേ ദുരവസ്ഥ വരുമെന്ന വൾ വിചാരിക്കുന്നില്ല.

ഒരു ദിവസം മൈറയുടെ തൊട്ടടുത്തുള്ള നീൽ എന്ന ഇല പറഞ്ഞു, "മൈറ നമ്മുടെ യജമാനനു തീരെ വയ്യാ. വയസ്സ് തൊണ്ണൂറു കഴിഞ്ഞു. കണ്ടില്ലേ തോട്ടത്തിൽക്കൂടെ നടക്കുന്നത്. നടക്കാൻ കൂടി വയ്യാ... വോക്കിംഗ് സ്റ്റിക് വേണം."

അതു കേട്ടയുടനെ മൈറ ഉച്ചത്തിൽ കൈയടിച്ചു ചിരിക്കാൻ തുടങ്ങി. "അങ്ങനെതന്നെ വരണം."

“അങ്ങനെ പറയരുത് മൈറ...” നീൽ തുറന്നടിച്ചു.

“നമുക്ക് വെള്ളോം വളോം ഇഷ്ടംപോലെ തന്നു നമ്മളെ ഇത്രേം വളർത്തിയത് യജമാനനാ... ഓർമ്മ വേണം.”

“അതു നമ്മുടെ പഴങ്ങൾ പറിച്ചെടുക്കാനല്ലേ. വെറുതെ യാണോ? യജമാനന് അങ്ങനെതന്നെ വരണം.” മൈറ ഉറക്കെ പറഞ്ഞു പരിഹസിച്ചു.

“നമുക്കും പ്രായമാകും. നമ്മളും പഴുത്തിലയും ഉണക്കയില യുമാകും. നീ നിഗളിക്കേണ്ട.” നീൽ ഓർമ്മിപ്പിച്ചു.

“ഈ ഒലിവ് മരത്തിലെ എല്ലാ ഇലകളും ഉണങ്ങിവീണാലേ ഞാൻ പഴുത്തിലയാകൂ... എന്നാലും ഞാൻ ഉണക്കിലയാകൂല. എനിക്ക് എമ്പിടി എമ്പിടി ആയുസ്സാ... എടീ നീൽ, നീയൊക്കെ പണ്ടേക്കു ഉണങ്ങിവീഴും. നോക്കിക്കോ...!!”

മൈറയുടെ പരിഹാസം ഉയർന്നു. അവളുടെ പരിഹാസം ഒലിവുതോട്ടമാകെ കത്തിപ്പടർന്നു... പെട്ടെന്നാണ് സംഭവിച്ചത്. യജമാനനും പണിക്കാരനും സീലോയുടെ അടുത്തേക്കു വന്നു. പണിക്കാരന്റെ കൈയിൽ തിളങ്ങുന്ന വെട്ടരിവാളുണ്ടായിരുന്നു.

അടുത്ത നിമിഷം സീലോയുടെ അഗ്രം പിടിച്ച് കുനിച്ച് ഒരു വെട്ട്. അതേ ഒലിവുമരത്തിന്റെ അഗ്രം താഴെ വീണുപിടഞ്ഞു. ആ ശിഖരത്തിൽ മൈറയും! വിനാഴികകൾ എണ്ണി ദീനരോദന ത്തോടെ! അഹങ്കാരം ആപത്തിന് വഴിതെളിക്കുന്നു. ഒലിവ് അധികം പൊങ്ങി വളരാതെ താഴെവെച്ച് മുറിക്കുന്നത് പടർത്തി വളർത്താനാണ്. കായ്കൾ പറിച്ചെടുക്കാനുള്ള സൗകര്യത്തിന്. അതാണ് മൈറയ്ക്ക് വിനയായത്.

അഹങ്കാരത്തിനുള്ള വിന ഏതു വഴിക്കും വരാമെന്നു സാരം.

■

മേയ കുൾപ, മേയ കുൾപ,
മേയ മാക്സിമ കുൾപ...

ഇടവകപ്പള്ളിയുടെ നെറുകയിലെ കുരിശ് ഉച്ചവെയിൽ തട്ടി തിളങ്ങിനിന്നു. പള്ളിപ്പരിസരം വിജനമായിരുന്നു. റോയിച്ചന്റെ മനസ്സും. എല്ലാം ഉണ്ടെങ്കിലും ഒന്നുമില്ലാത്തവന്റെ മനസ്സ്. ശൂന്യമാകുന്ന മനസ്സ്... റോയിച്ചൻ മോണ്ടളം കടന്നു സാവകാശം മുന്നോട്ടു നീങ്ങി. കാർപെറ്റ് അണിഞ്ഞ ഹൈക്കലായിൽ ഒരു നിമിഷം നിന്നു. പിന്നെ മദ്ബഹായുടെ മുന്നിലെത്തി. ചിത്രപ്പണികളുള്ള അഴികളുടെ താഴെ മുട്ടുകുത്തി.

“സകലത്തിന്റെയും നാഥാ...!” അയാൾ കുമ്പിട്ടാരാധിച്ചു.

സ്നേഹപിതാവേ, അങ്ങയെ ഞാൻ ആരാധിക്കുന്നു. സ്തുതിക്കുന്നു. ജീവനും എന്റെ സർവ്വസ്വവും മുമ്പിലണച്ചു കുമ്പിടുന്നു. ഈശോ നാഥാ. അങ്ങയെ ഞാൻ ആരാധിക്കുന്നു. സ്തുതിക്കുന്നു. ജീവനും എന്റെ സർവസ്വവും മുമ്പിലണച്ചു കുമ്പിടുന്നു. പാവനാത്മാവേ, അങ്ങയെ ഞാൻ ആരാധിക്കുന്നു. സ്തുതിക്കുന്നു. ജീവനും എന്റെ സർവ്വസ്വവും മുമ്പിലണച്ചു കുമ്പിടുന്നു.

സർവ്വേശ്വരാ ദൈവമേ...! എന്റെ എല്ലാമെല്ലാമായ അഭിമോനേയും കൊച്ചുറാണിയേയും സമർപ്പിക്കുന്നു. കദനഭാരം മാറ്റിത്തരേണമേ!

ഒരു നോട്ടപ്പിശക് ജീവിതം മാറ്റിമറിച്ചു. കദനക്കടലിൽ വീണു. ജീവിതം നരകതുല്യമായി മാറിയ നിമിഷങ്ങൾ. നടുക്കിയ ഓർമ്മകളിൽ അയാൾ പെട്ടെന്നു വെന്തുരുകി. മെഴുകുതിരി മാതിരി.

മേയ കുൾപ, മേയ കുൾപ. മേയ മാക്സിമ കുൾപ!

അയാൾ നെഞ്ചത്തടിച്ചു. എന്റെ പിഴ. എന്റെ പിഴ. എന്റെ വലിയ പിഴ.

കഴിഞ്ഞ കൊല്ലം ഇതേ നാളിലായിരുന്നു ജീവിതം തകർത്തു കളഞ്ഞ ആ സംഭവം!

ബാംഗ്ലൂർ ഐ.റ്റി. സ്ഥാപനത്തിലെ ജോലിക്കാരായ റോയിച്ചനും കൊച്ചുറാണിയും മൂന്നാലു ദിവസത്തെ അവധിക്ക് നാട്ടിൽ വന്നതായിരുന്നു. തിരുവല്ലയിലെ പൂത്തറവീട്ടിൽ ഫാമിലി മെമ്പേഴ്സ് ഒക്കെ ഒത്തുകൂടി. ഫാമിലി ഗറ്റുഗതർ...

പ്രോഗ്രാമൊക്കെ സ്പോൺസർ ചെയ്തത് റോയിച്ചനായിരുന്നു. ഒടുവിലത്തെ ദിവസം ബോട്ടിംഗ് പ്ലാൻ ചെയ്തു. വേമ്പനാട്ടുകായലിലൂടെ ഹൗസ്ബോട്ടിൽ വിനോദയാത്ര ഹൗസ്ബോട്ടിൽ തരാതരത്തിനു ഭക്ഷണം റെഡി. കപ്പപ്പുഴുക്കും മീൻകറിയും മുതൽ എല്ലാം റെഡ്.

പുരുഷന്മാർ ലഹരിയുടെ സീലും സോഡയുടെ ടോപ്പുമൊക്കെ പൊട്ടിച്ചു. ചില സ്ത്രീകളടക്കം ഭൂരിപക്ഷം പേരും ലഹരി കഴിച്ചു. റോയിച്ചനും കൊച്ചുറാണിയും ഹൗസ്ബോട്ട് സവാരി ശരിക്കാസ്വദിച്ചു.

പാട്ടുകളുടെ മേളം! നൃത്തച്ചുവടുകൾ!

കഥാപ്രസംഗം, മിമിക്രി. സിനിമാറ്റിക് ഡാൻസ്. ലേറ്റസ്റ്റ് സിനിമാഗാനങ്ങൾ പാടി കുട്ടികൾ തകർത്താടി.

നാലു തികയാത്ത അഭിനിവേശിതന്റെ കുസൃതികൾ പൊട്ടിച്ചിരി ഉതിർത്തു. റോയിച്ചന്റെയും കൊച്ചുറാണിയുടെയും പൊന്നോമൽ! ഹൗസ്ബോട്ടിന്റെ അമരത്ത് ബ്രേക് ഡാൻസ് ചെയ്തു കാണികളെ കീഴടക്കി. കായൽത്തിരകളും അതുകണ്ട് ആഹ്ലാദിച്ചു. കൈയടിച്ച് ആരവം ഉയർത്തി. സിന്ദൂരസന്ധ്യയും ചുവന്ന ദാവണി അണിഞ്ഞ് നൃത്തമാടി വന്നു.

ചെറുപ്പക്കാർ അബിമോനെ പൊക്കിയെടുത്തു. അമ്മാനമാടി അങ്ങോട്ടുമിങ്ങോട്ടും. ഭീകരമായ നിമിഷങ്ങൾ!

ഹൗസ്ബോട്ട് ഒന്നു നടുങ്ങി!

ലോകമാകെ ഒന്നു കിടുങ്ങി!

വിനോദയാത്രയുടെ അവസാന നിമിഷങ്ങളായിരുന്നു. കായലിൽനിന്നും ആറ്റിലേക്കുള്ള കുതിപ്പ്! ആഹ്ലാദച്ചിറകുകൾ വീശിയടിച്ചുവന്ന ഹൗസ്ബോട്ട് പോലും ഒരു വിനാഴിക തിരിച്ചു പോയി!! അഭിമോൻ വെള്ളത്തിലേക്കു തെറിച്ചുവീണു... ലോകം കീഴ്മേൽ മറിഞ്ഞു! കൂട്ടനിലവിളി!!

ആരൊക്കെയോ വെള്ളത്തിലേക്ക് എടുത്തുചാടി വെള്ളത്തിലേക്ക് എടുത്തു ചാടാനാഞ്ഞ റോയിച്ചനെയും കൊച്ചുറാണിയെയും ബലമായി പിടിച്ചു.

മീൻപിടിത്തക്കാരും കക്കവാരുകാരും വെള്ളവുമായി വന്നു. "അഭിമോൻ...!

കൊച്ചുറാണി തകർന്നുവീണു. റോയിച്ചൻ തകർന്നുവീണു. അബോധാവസ്ഥയിൽ അവരെ ഹോസ്പിറ്റലിലേക്കു കൊണ്ടുപോയി. മറ്റ് ചിലരേയും. റോയിച്ചനും കൊച്ചുറാണിയും അബോധാവസ്ഥയിൽ പുലമ്പിക്കൊണ്ടിരുന്നു. "അഭിമോനേ...!"

മീൻപിടുത്തക്കാർ രക്ഷിച്ച അഭിമോൻ ഐ.സി.യുവിൽ മരണവുമായി മല്ലിടുകയായിരുന്നു. കറുത്ത ദിനങ്ങൾ! കണ്ണീർക്കയങ്ങൾ! ഒടുവിൽ അഭിമോൻ അപകടനില തരണംചെയ്തു. അപകടത്തിൽ ചാടിയവരൊക്കെ സാധാരണ ജീവിതത്തിലേക്ക് തിരിച്ചുവന്നു. എന്നാൽ കൊച്ചുറാണിയുടെ മനസ്സു മാത്രം തിരിച്ചുവന്നില്ല. അതിപ്പോഴും എവിടെയൊക്കെയോ ഉഴലുകയാണ്. ഇന്നവൾ മാനസികരോഗിയാണ്!

കുസൃതിച്ചിരികളുമായി ഓടിക്കളിക്കുന്ന അഭിമോൻ മുന്നിൽ ഉണ്ടായിട്ടും അവൾ പൊന്നോമലിനെ തേടുകയാണ്. റോയിച്ചൻ കാറിനടുത്തേക്ക് നടന്നു. പള്ളിമുറ്റത്ത് അഭിമോൻ ഓടിക്കളിക്കുന്നു. അവനെ നോക്കി വല്യമ്മച്ചി തൊട്ടടുത്തുണ്ട്. കാറിൽ വിഷാദഗ്രസ്തയായ കൊച്ചുറാണിയും. ജീവിതം തേടുന്ന കൊച്ചുറാണി!

ഇരുട്ടിൽ ഇല്ലാത്ത പൂച്ചയെ തല്ലുന്ന കൊച്ചുറാണി! പൊന്നോമൽ അവളുടെ അരികേ ഉണ്ടായിട്ടും!!

പള്ളിമുറ്റത്തു പറന്നുനടക്കുന്ന വെള്ളപ്രാക്കളിൽ ഒന്നിനെ പിടിക്കാൻ അഭിമോന്റെ വിഫലശ്രമം! അവന്റെ കളിചിരിക്കിട യിൽ അവന്റെ മമ്മിയുടെ അന്വേഷണത്തിന്റെ വിലാപം! അയാളും ജീവിതം അന്വേഷിക്കുകയാണ്? പ്രാർത്ഥനയിലൂടെ, അദ്ഭുതപ്രാർത്ഥനയായ കൊന്തയിലൂടെ. ആരാധനകളുടെ കേന്ദ്ര മായ കുർബ്ബാനയിലൂടെ... കൊച്ചുറാണിയുടെ മനസ്സും ഓർമ്മയും വീണ്ടെടുക്കാമെന്ന ഉറച്ച പ്രത്യാശ മാത്രം.

■

‘മോശ’ എന്ന രാജകുമാരൻ

“എന്തിനാണമ്മേ അമ്മ കരേണത്...?”

ഉറക്കത്തിൽനിന്നു ഞെട്ടിയുണർന്ന കൗമാരക്കാരിയായ മകൾ മറിയം അമ്മയോടു ചോദിച്ചു.

“മോൾടെ കുഞ്ഞനിയൻ ഏതു നിമിഷവും നമുക്കു നഷ്ട പ്പെടാൻ പോകുന്നു...!”

ജോവബേദ് മകളെ കെട്ടിപ്പിടിച്ചു കരഞ്ഞു:

“പുതിയ ഫറവോയുടെ പട്ടാളക്കാർ ഏതു നിമിഷവും ഇവിടെ കടന്നുവരാം. ഒന്നുകിൽ പാഞ്ഞൊഴുകുന്ന ആ നൈൽനദിയി ലേക്ക് നമ്മുടെ പൊന്നുമോനേ വലിച്ചെറിയും. അല്ലെങ്കിൽ കുഞ്ഞിനെ കാലിൽ തൂക്കിപ്പിടിച്ച് അവരുടെ തിളങ്ങുന്ന വാൾ... അമ്മയുടെ ചങ്ക് തകരുകയാ മോളേ...!”

അമ്മയോടൊപ്പം മറിയവും കരഞ്ഞു.

“എന്തിനാണമ്മേ ഈ കൊടുംക്രൂരതകളൊക്കെ ഫറവോ ചെയ്യുന്നേ....?”

“പണ്ടുകാലത്ത് ദാരിദ്ര്യത്തിൽനിന്നും രക്ഷപ്പെടാൻ ഇസ്രയേൽക്കാരായ നമ്മൾ ഇവിടെ ഈജിപ്തിൽ എത്തിച്ചേർന്നതാ... നൈൽനദിയുടെ തീരപ്രദേശമായ ഗേശാനിൽ ഇസ്രയേൽക്കാർ വലിയൊരു ജനതയായി മാറിയിരിക്കുന്നു. അതാണ് ഫറവോ പ്രശ്നമാക്കിയിരിക്കുന്നത്. ഇസ്രയേൽക്കാർക്കുണ്ടാകുന്ന ആൺ കുട്ടികളെ അപ്പോൾത്തന്നെ കൊന്നുകളയാനാണ് ഫറവോയടെ കല്പന. അതു നടപ്പാക്കാൻ പട്ടാളക്കാർക്ക് അധികാരവും കൊടു ത്തിരിക്കുന്നു...!”

അതു കേട്ടപ്പോൾ മറിയം സ്തബ്ധയായിപ്പോയി. മൂന്നുമാസം പ്രായമുള്ള തന്റെ കുഞ്ഞനുജന്റെ മുഖത്തേക്കു നോക്കി അവൾ. അവൻ നല്ല ഉറക്കമാണ്. അവൾ അവന്റെ നെറുകയിലൊരു മുത്തമിട്ടു.

“മോളേ മറിയം...” അമ്മ മകളെ അടുത്തുവിളിച്ചു പറഞ്ഞു:

“നാളെ അതിരാവിലെ മോനെ ഈ ഞാങ്ങണത്തൊട്ടിലിൽ കിടത്തി നൈൽനദിയിലൂടെ ഒഴുക്കിവിടണം. അങ്ങനെ അവനെ രക്ഷിക്കണം. അല്ലെങ്കിൽ ഈ അമ്മയ്ക്കു പിന്നെ ജീവിതമില്ല...!”

അമ്മയും മകളും ആ രാത്രി ഉറങ്ങിയില്ല. അവർ കുഞ്ഞിനു വേണ്ടി പ്രാർത്ഥിച്ചുകൊണ്ടിരുന്നു. പുലർച്ചെ അമ്മ കവിളത്ത് ഉമ്മവച്ചുകൊണ്ട് മകനെ കൈയിലെടുത്തു. അവനപ്പോഴും നല്ല ഉറക്കത്തിൽത്തന്നെ.

അബ്രാം - ജോവബേദ് ദമ്പതികളുടെ ഒരേയൊരു ആൺതരി ലേവി ഗോത്രത്തിൽ പിറന്ന ആൺകുട്ടി. അവനെ ഞാങ്ങണ തൊട്ടിലിൽ കിടത്തി നൈൽ നദിയിലൂടെ ഒഴുക്കിവിട്ടു.

ഫറവോയുടെ പുത്രി ബിന്തനത്ത് തോഴിമാരോടൊത്ത് നീരാട്ടിനിറങ്ങുന്ന സമയത്തായിരുന്നു അവർ അങ്ങനെ ചെയ്തത്.

രാജകുമാരിയും തോഴിമാരും വെണ്ണക്കൽ പടവുകളിറങ്ങി നീരാടാനുള്ള ഒരുക്കത്തിനിടയിലാണ് പൈതലിന്റെ കരച്ചിൽ കേട്ടത്. രാജകുമാരി നൈൽനദിയിലെ ഓളങ്ങളിൽനിന്നും ആ തൊട്ടിൽ പിടിച്ചടുപ്പിച്ച് തുറന്നുനോക്കി.

“ഓമനത്തമുള്ള ഒരാൺകുട്ടി...!”

ബിന്തനാത്ത് രാജകുമാരി തോഴിമാരോടു പറഞ്ഞു:

“അച്ഛന്റെ കല്പനപ്രകാരം പുഴയിലേക്കെറിഞ്ഞ എബ്രായ കുട്ടിതന്നെ ഇത്. ഏതായാലും ഈ കുഞ്ഞിനെ എനിക്ക് വളർത്തണം...”

ഞാങ്ങണത്തൊട്ടിലിനെ അനുഗമിച്ചു വന്ന മറിയം അങ്ങോട്ടോടിയെത്തി.

“ഞാൻ ഒരു വളർത്തമ്മയെ വിളിച്ചുകൊണ്ടു വരട്ടെ...”

അവൾ രാജകുമാരിയോടു ചോദിച്ചു. രാജകുമാരി അനുവദിച്ചു.

മറിയം പോയി സ്വന്തം അമ്മയെത്തന്നെ കൂട്ടിക്കൊണ്ടുവന്നു.

"ഇതാ, ഈ കുഞ്ഞിന്റെ നാലാംവയസ്സുവരെ നീ തന്നെ അവനെ വളർത്തണം. ഞാൻ നിനക്ക് പ്രതിഫലം തന്നോളാം."

രാജകുമാരി പൈതലിനെ അവരെ ഏൽപ്പിച്ചു. വെള്ളത്തിൽ നിന്ന് എടുക്കപ്പെട്ടവൻ എന്നർത്ഥം വരുന്ന മോശ എന്ന പേര് രാജകുമാരിതന്നെ അവനിടുകയും ചെയ്തു.

ബുദ്ധിമതിയായ രാജകുമാരിക്ക് മോശയുടെ അമ്മയുടെയും ചേച്ചിയുടെയും അഭിനയം മനസ്സിലാകാതിരുന്നില്ല. പക്ഷേ അവളതു പുറമേ പ്രകടിപ്പിച്ചില്ല.

ആ എബ്രായ ബാലൻ ബിന്തനത്ത് രാജകുമാരിയുടെ ദത്തു പുത്രനായി അങ്ങനെ മോശ ഫറവോന്റെ രാജകൊട്ടാരത്തിലെ രാജകുമാരനായി.

■

മാത്യൂസ് ആർപ്പൂക്കര

1950 മെയ് 31ന് കോട്ടയം ജില്ലയിലെ ആർപ്പൂക്കരയിൽ ജനനം. വിദ്യാഭ്യാസം: ചങ്ങനാശ്ശേരി അതിരൂപതയുടെ അൽമായർക്കുള്ള ദൈവശാസ്ത്രപഠനകേന്ദ്രം മാർത്തോമ്മാ വിദ്യാനികേതനിൽ മാസ്റ്റർ ഓഫ് റിലീജിയസ് സയൻസ് (MRSc). മുനിസിപ്പൽ കോമൺ സർവ്വീസിലെ ഉദ്യോഗത്തിൽനിന്നും വിരമിച്ചു.

www.ingramcontent.com/pod-product-compliance
Lightning Source LLC
LaVergne TN
LVHW040824051026
849519LV00007BA/2735
* 9 7 8 9 3 8 8 8 3 0 0 2 7 *